பெரும் பெயர் முருகன்

கி. வா. ஜகந்நாதன்

Title: Perum Peyar Murugan

Author: Ki. Va. Jagannathan

Language: Tamil

First Published on: 1952

Year of Publication: 2025

Book Format: Paperback

*Page Size: 6inch * 9inch*

Category: Religious

Subject: Religious Essays

No. of pages: 154

ISBN: 978-81-998536-7-6

Published by: Nilan Publishers, Madurai, Tamilnadu, India

பொருளடக்கம்

குறிப்புகளுக்காக

முகவுரை

தமிழர்கள் எப்போதுமே கடவுள் அன்பில் தலைசிறந்தவர்கள். தங்களுடைய வாழ்க்கையில் கடவுளை நினைப்பதற்கும், கடவுள் புகழைப் பேசுவதற்கும், கடவுளை வழிபடுவதற்கும் பல சந்தர்ப்பங்களை அமைத்துக் கொண்டிருக்கிறார்கள். தனித் தனியே வழிபடுவதோடு பலர் கூடி வழிபடுவதற்கு ஏற்ற இடங்களாகிய கோயில்களும், ஏற்ற காலங்களாகிய திருவிழாக்களும் அமைந்து தமிழர் உள்ளத்தில் மேன்மேலும் தெய்வபக்தியை வளர்க்கும் சாதனங்களாக விளங்குகின்றன.

தொல்காப்பியம் என்னும் இலக்கண நூல் இப்போது கிடைக்கும் தமிழ் நூல்களில் மிகப் பழமையானது. பழந் தமி ருடைய கடவுளுணர்ச்சிக்குச் சாட்சியாகத் தக்க பல செய்திகள் அந்நூலில் இருக்கிறது. எழுத்துக்களுக்கு அவர்கள் வைத்த பெயரே அவர்களுடைய கடவுளுணர்ச்சியின் முதல் பாடமாக இருக்கிறது. உயிர் என்றும், மெய்யென்றும் எழுத்துக்களுக்குப் பெயர் வைத்தார்கள். உயிரின்றி மெய் இயங்காது என்று கூறினார்கள். உயிர் வேறு, மெய் வேறு என்ற அறிவு தமிழர் களுக்கு எழுத்தறிவு ஏற்பட்ட போதே வந்து விட்டது என்பதை இந்தப் பெயர்கள் புலப்படுத்துகின்றன.

"பிறந்து மொழிபயின்ற பின்எல்லாம் காதல்
சிறந்து நின் சேவடியே சேர்ந்தேன் "

என்று காரைக்காலம்மையார் பாடுகிறார். அது போலத் தமிழர் எழுத்துத் தெரிந்து கொண்டபோதே உயிரின் இயல்பையும் தெரிந்து கொண்டார்கள். சொல் இலக்கணம் கற்ற பொழுதே இறைவன் திணை, பால் என்ற பிரிவுக்கு அப்பாற் பட்டவன் என்று உணர்ந் தார்கள். பொருளிலக்கணத்தில் ஒவ்வொரு நிலத்துக்கும் தெய்வம் இன்னார் என்று வரையறை செய்து போற்றினார்கள்.

தொல்காப்பியத்துக்குப் பின் வந்த நூல்களில், இரண் டாயிர ஆண்டுகளுக்கு முன்னே தோற்றிய கடைச்சங்க நூல்கள், அக்காலத்துத் தமிழரின் வாழ்க்கை வகைகளை அறிந்து கொள்ளத் துணை செய்கின்றன. தமிழர்கள் உயர்ந்த கருத்துக்களை உடையவர்கள், வளமான மொழியை உடையவர்கள், பல துறையிலும் சிறப்பாக வாழ்ந்தவர்கள் என்ற உண்மையைச் சங்கப்பாடல் களிலிருந்து தெரிந்து கொள்ளலாம். கடவுளுணர்ச்சியில் அவர்கள் எவ்வாறு ஈடுபட்டு வாழ்ந்தார்கள் என்பதைத் தெரிந்து கொள்ள முழுநூல்கள் சில உதவுகின்றன; முழுப்பாட்டுகள் சில துணையாக நிற்கின்றன; பாடல்களின் இடையே வரும் செய்திகள் பல ஆதாரமாகின்றன. இவற்றால் தமிழர்களின் வாழ்க்கை விரிவடைய அடையக் கடவுள் வழிபாட்டு முறைகளும் விரி வடைந்து வந்தன என்பதை அறிந்து கொள்ளலாம்.

சங்ககாலத்துக்குப் பின்பு கோயில்கள் விரிவான அமைப்பைப் பெறலாயின. ஒவ்வோர் ஊரிலும் கோயிலை நடுநாயகமாக வைத்துச் சமூகத் தொண்டுகளும், கலைவளர்ச்சியும், சமய உணர்ச்சியும், தெய்வபக்தியும், அறச் செயல்களும் வளர்ந்தன. இப்போது நமக்குக் கிடைக்கும் சாஸனங்கள் இந்த உண்மையைக் 'கல்மேல் எழுத்தாக'க் காட்டுகின்றன. கோயில்கள் விரிந்து பெருகியது போலவே கடவுளைத் துதிக்கும் நூல்களும், கடவுளின் பெருமை பேசும் நூல்களும் தமிழில் பெருகின. திருமால், சிவ பெருமான், முருகன் என்ற மூன்று கடவுளரைப் பற்றிய நூல்கள் வர வரக் காவிரி வெள்ளம் போலப் பெருகி மக்கள் உள்ளத்தே தெய்வ பக்தியை வளர்த்தன. ஆழ்வார்களின் பாசுரங்கள் திருமாலின் அடியவர்களுக்கு வேதம் போல உதவுகின்றன. அளவினாலும் பொருட் சிறப்பினாலும் அவை மற்றத் திருமால் துதிகளைவிட உயர்ந்து ஓங்கி நிற்கின்றன. அப்படியே சைவத்திரு முறைகளும் அளவாலும் தன்மையாலும் மற்றவற்றைவிடச் சிறப் பாக உள்ளன. முருகப் பெருமானுடைய புகழைப் பாடும் நூல்கள் தமிழில் பல

இருந்தாலும், அருணகிரிநாதர் அருளிச் செய்த திருப்புகழ் முதலிய அற்புத நூல்கள் அளவிலும் அநுபவத்திலும் சிறந்து நிற்கின்றன. அடியார்கள் அவற்றைப் பாடி அடையும் இன்பத்துக்கு இணையே இல்லை.

பழங்கால முதலே தமிழில் முருகவேளைப் பாராட்டும் நூல் கள் பல உண்டு. முதல் திணையாகிய குறிஞ்சிக்குத் தெய்வமாக வைத்துத் தமிழர் அவனைப் போற்றினர்; பல வகையிலே வழி பட்டனர்; துதித்தனர். பழந்தமிழ் நூல்களில் முருகனைப் பற்றி வரும் செய்திகள் பல. அவற்றைத் தொகுத்து அவற்றால் உணரப் பெறுவனவற்றை வகுத்து எழுத வேண்டுமென்ற விருப்பம் எனக்கு எழுந்தது. முறையாகச் செய்திகளைத் தொகுத்து ஆராய்ந்து வகை செய்து ஒன்றோடொன்று இணைத்துப் பார்த்து முருக வழிபாட்டுத்திறம் சங்ககாலத்தில் எவ்வாறு இருந்தது என் பதை வெளியிடும் வகையில் ஒரு பெரிய நூலே எழுதி விடலாம். சங்ககாலத் தமிழரின் கடவுள் உணர்ச்சி குறித்துப் பின்னும் விரிவாக ஆராய்ந்து சில நூல்களையே எழுதலாம். அவற்றை எழுத ஓய்வும் வசதிகளும் வேண்டும்.

இந்த எண்ணம் உள்ளத்தில் இருக்கும் போது, முருகனைப் பற்றிய கட்டுரைகள் வேண்டு மென்று அன்பர்கள் கேட்டார்கள். பழைய நூல்களில் வரும் முருகனைப் பற்றிய செய்திகளைக் கொண்டு சில கட்டுரைகளை எழுதினேன். பரிபாடலில் ஐந்தாம் பாடல் முழுவதையும் விளக்கிச் சில கட்டுரைகளை எழுதினேன். திருப்புகழ், கந்தர் அலங்காரம், கந்தர் அநுபூதி முதலிய நூல் களில் சில பாடல்களுக்கு ஆராய்ச்சி முறையில் விளக்கம் யும்படி சில கட்டுரைகளை எழுதினேன். அந்தக் கட்டுரைகளின் தொகுதியே இந்தப் புத்தகம்.

இவற்றிற் பதினைந்து கட்டுரைகள் 'திருப்புகழ் அமிர்தத்திலும் (2-15,18), ஏனையவை 'அமிர்தவசனி' யிலும் (1,16,17,19,20,21) வெளியானவை. இவற்றை எழுதுவதற்கு அந்தப்

பத்திரிகைகளின் ஆசியர்களே தூண்டுகோலாக இருந்தார்கள். அவர் களுக்கு என் நன்றியைத் தெரிவித்துக் கொள்கிறேன்.

இப்புத்தகத்தில் உள்ள கட்டுரைகளில் முதல் நான்கும் தொல் காப்பியம், சங்க நூல்கள் ஆகியவற்றிற் கண்ட செய்திகளை அடிப் படையாகக் கொண்டவை. அப்பால் ஐந்தாவது கட்டுரை முதல் பன்னிரண்டாவது கட்டுரை வரையில் பரிபாடலின் ஐந்தாம் பாட்டின் விளக்கம். திருஞானசம்பந்தப் பெருமான் முருகனுடைய திருவவதாரம் என்பதற்கு நம்பியாண்டார் நம்பிகளின் திருவாக்கில் உள்ள ஒரு குறிப்பைப் பற்றிய கட்டுரை, 'எது சரி?" என்பது.

'வடநாட்டு முருகன்' என்பது நான் வடநாட்டு நகரங்களுக்குச் சென்ற போது அறிந்தவற்றைக் கொண்டு எழுதியது. திருப்பரங் குன்றத்தைப் பற்றிப் பரிபாடலில் வரும் செய்திகளைத் தொகுத்துத் தருவது ' திருப்பரங்குன்றம்' என்ற கட்டுரை. பழனி மலைமீது முருகவேள் பழங்கால முதலே எழுந்தருளியிருக்கிறான் என்பதைத் தக்க ஆதாரங்களுடன் எடுத்துக் காட்டும் கட்டுரை 'பழம் பழனி' என்பது,

கடைசியில் உள்ள ஐந்து கட்டுரைகளும் அருணகிரி நாதருடைய திருவாக்கோடு தொடர்புடையவை. 'இருப்பவல் திருப்புகழ்' என்ற தொடருக்கு இப்போது சிலர் கூறும் உரை பொருத்தமற்ற தென்பதைக் காட்டி, இன்னவாறு கொள்ளுதல் சிறப்பு என்று விளக்குவது 'இருப்பவல்' என்னும் கட்டுரை. கந்தர் அலங்காரப் பாட்டு ஒன்றுக்குச் சிறுகதை உருவத்தில் தரும் விளக்கம் 'இரட்டை விலங்கு.' 'நாகாசல வேலவன் ' என்ற அநுபூதித் தொடரைப் பற்றிய சிறிய ஆராய்ச்சி, அந்தத் தலைப்பைப் பெற்ற கட்டுரையாக உள்ளது. ' மணியும் துகிரும் ' என்பது ஓர் அநுபூதிப் பாட்டிற்கு இன்ன பாடம் இருந்தால் நல்ல தென்பதைக் காட்டுவது. 'கல் உருகும்' என்பது அநுபூதிப் பாடல் சிலவற்றைக் கொண்டு அமைத்த கட்டுரை.

இந்த இருபத்தொரு கட்டுரைகளும் முருகனுடைய தொடர்புடையன ஆகையால் ஒன்றாகத் தொகுத்து வெளியிடப் பெறுகின்றன. ஆராய்ச்சி, விளக்கம், வருணனை, அநுபவம் என்று பல வகையில் இந்தக் கட்டுரைகள் அமைந்திருந்தாலும் முருகனைப் பற்றிய நினைவோடு தோன்றியவை. ஆதலின் படிப்பவர்களுக்கும் அந்த நினைவை உண்டாக்கும் என்றே எண்ணுகிறேன்.

5-12-52

கி. வா. ஜகந்நாதன்

பெரும் பெயர் முருகன்

திருமுருகாற்றுப்படையில் நக்கீரர் முருக வேளுக்குரிய பல திரு நாமங்களை அருச்சனை போலச் சொல்லியிருக்கிறார். அந்தத் திருநாமக் கோவையிலே,

அரும்பெறல் மரபிற் பெரும்பெயர் முருக

என்பது ஒரு தொடர். 'பிறராலே பெறுவதற்கு அரிய இலக்கணங்களை உடைய பெரிய பெயரை யுடைய முருகனே!' என்பது இதன் பொருள். முருகன் என்னும் திருநாமம் உடையவன் எம் பெருமான்; அப் பெயரால் பல இலக்கணங்கள் குறிக் கப் பெறுகின்றன ; அவ்விலக்கணங்கள் அனைத் தும் ஒருங்கே உடையவன் வடிவேலன்; பிறரிடம் அவை அனைத்தும் ஒருங்கே இல்லாமையால் அத் திருநாமம் பிறரால் பெறுவதற்கு அரிதாயிற்று.

முருகன் என்ற திருநாமம் முருகு என்றும் நிற்கும். திருமுருகாற்றுப்படை என்னும் நூற் பெயரில் முருகு என்ற சொல்லே இருக்கிறது; திரு- முருகு - ஆற்றுப்படை எனப் பிரியும். "வாழிய முருகே" என்று நற்றிணை கூறுகிறது. "முருகாற் றுப்படுத்த உருகெழு வியனகர்'' என்று; திரு முருகாற்றுப்படையில் ஓரடி வருகிறது. அவ்விடங் களிலும் முருகனைக் குறிக்க முருகு என்ற சொல்லே அமைந்துள்ளது.

முருகு என்னும் சொல் தனித் தமிழ்ச் சொல். தமிழ் எழுத்துக்களின் மூவினமும் இச் சொல்லில் அமைந்துள்ளன. மு - என்பது மெல்லினம் ; ரு- என்பது இடையினம்; கு- என்பது வல்லினம். தமிழர் சிறப்பாக வைத்துப் போற்றும் தமிழ்க் கடவுளாகிய வடிவேற் பெருமானுடைய திருநாமம்,

தமிழ் எழுத்துக்களிலுள்ள மூவினத்தினின்றும் எழுத்தைப் பெற்றிருத்தல் பொருத்தமானதே.

முருகன் என்பதற்கு முருகை உடையவன் என்பது பொருள். முருகு என்பதற்குப் பல பொருள்கள் உண்டு. அவற்றுள் தலைமை பெற்றவை நான் கு. நறுமணத்தை முருகு என்னும் சொல்லால் குறிப்பர். தெய்வத் தன்மைக்கு முருகு என்பது ஒரு பெயர். அழகையும் இளமையையும் குறிப்பதற்கு முருகு என்னும் சொல்லை ஆள்வர். மணம், தெய்வத்தன்மை, இளமை, அழகு என்னும் நான்கு பொருள் முருகு என்னும் சொல்லுக்கு உண்டு. இந்த நான்கு முருகுகளில் வடிவேற் பெருமான் எந்த முருகை உடையவன்? இந்த நான்கு முருகுகளையுமே உடையவன். முருகு என்னும் சொல்லுக்கு உரிய பல பொருளும் முருகனுடைய பண்புகள். அவன் நறுமணம் உடையவன்; தெய்வத் தன்மையிற் சிறந்தவன் ; என்றும் மாறாத இளமை யுடையவன்; என்றும் நீங்காத அழகை உடையவன். முருகன் திருமேனி தூய்மையுடையது; ஞான மணம் கமழ்வது.

கந்தமிகு நின்மேனி

என்று அருட்பிரகாச வள்ளலார் பாடுகின்றனர்.

அவன் தெய்வத் தன்மையிலே சிறந்தவன். தெய்வத் தன்மையுடையவர்களைத் தேவர் என்பர். அவருக்குள்ளே பெரிய தேவன் சிவபெருமான். அதனால் அப்பெருமானுக்கு மகாதேவன் என்ற திருநாமம் வந்தது. அந்தப் பெருமானுக்கும் நாதனாக, தெய்வமாக, முருகன் இருக்கிறான். 'சரவண தகப்பன்சாமி' என்று அருணகிரி நாதர் பாடுவார்.

தேவ தேவ தேவாதி தேவப் பெருமாளே

என்பது திருப்புகழ். சுப்பிரமணியன் என்ற திரு நாமமும் பிரமத்தின் இயல்புடையவர்களுள் உயர்ந்தவன் என்பதையே உணர்த்தும். சாமிநாதனாகிய முருகன், கண்கண்ட

தெய்வமாகிய செவ்வேள், தெய்வத் தன்மையிலே சிறந்தவனாக விளங்குகிறான் என்பது இவற்றால் விளங்கும்.

முருகன் என்றும் இளமையுடையவன். பாலன் என்ற திருநாமம் உடையவன்.

என்றும் இளையாய்

என்று பழம் புலவரும்,

என்றும் அழியாத இளமைக்கார

என்று அருணகிரிநாதரும் பாடுகின்றனர். குழந்தை வடிவேலன், குழந்தை என்னும் வழக்காறுகளும் இக்கருத்தைத் தெளிவிக்கும்.

முருகன் அழகுடையவன் என்பதைப் பல அன்பர்கள் பலவாறு கூறியிருக்கின்றனர். குமாரன் என்ற திருநாமமே அவனுடைய பேரழகைக் குறிக்கும். 'மாரனைக் குற்சிதம் செய்யும் அழகுடையான்' என்று அதற்கு அறிஞர்கள் பொருள் உரைப்பர். கந்தபுராணத்தில், முருகவேளின் திரு வுருவத்தைத் தரிசித்த சூரபன்மன் கூறுவதாக ஒரு பாட்டு உண்டு.

ஆயிரம் கோடி காமர்
அழகெலாம் திரண்டொன் றாகி
மேயின எனினும் செவ்வேள்
விமலமாம் சரணந் தன்னில்
தூயநல் எழிலுக் காற்றாது
என்றிடின், இனைய தொல்லோன்
மாயிரு வடிவுக் கெல்லாம்
உவமையார் வகுக்க வல்லார்!

ஆயிரங் கோடி மன்மதர்களுடைய அழகு ஒன்று திரண்டாலும், முருகன் திருவடியழகுக்கு ஈடாகா தென்று சூரன் சொல்லுவதாக அமைந்தது இப் பாட்டு. பகைவனே இவ்வாறு

போற்றுவ தானால் அப்பெருமானுடைய திருமேனி யழகு எப்படி இருக்கவேண்டும்!

மணமும், தெய்வத் தன்மையும், இளமையும், அழகும் ஒருங்கே உடைமையால் முருகன் என்னும் திருநாமம் செவ்வேளுக்கு அமைந்தது என்ற உண் மையை நக்கீரர் ஓரிடத்தில் குறிப்பாகச் சொல்கிறார். முருகன் தன்னைத் தேடிவந்த புலவனுக்குத் தரிசனம் தந்தருளுவான் என்று கூறுகிறார் புலவர். இன்ன உருவத்தோடு எழுந்தருளுவான் என்று குறிப்பிடும்போது இந்த நால்வகைப் பண்புகளையும் தெரிவிக்கிறார்.

பண்டைத்தன்
மணம்கமழ் தெய்வத்து இள நலம் காட்டி

என்பது அவர் வாக்கு. அவன் புலவனுக்குக் காட்டும் திருக்கோலத்தில் மணம் கமழும்; தெய்வத் தன்மை இலங்கும்; இளமை தவழும்; நலம் ததும்பும்; நலம் என்பது அழகு. இறைவன் முருகனாக எழுந்தருளுகிறான்; முருகுடையவனாகக் காட்சி தருகிறான்; முருகு என்னும் சொல்லினால் சிறப்பாகக் குறிக்கப் பெறும் மணம், தெய்வத் தன்மை, இளமை, நலம் என்ற நான்கு பண்பு களையும் உடையவனாக வருகிறான். இந்த முருகத் திருக்கோலம் இறைவனுக்கு இயல்பானது; அநாதி காலமாக இருப்பது. ஆதலின், "பண்டைத்தன்" என்று சிறப்பித்தார். முருகன் என்னும் சொல்லுக் குரிய பொருளை முருகாற்றுப் படையில் உள்ள இந்த அடி புலப்படுத்துகிறது.

இந்த நான்குவகை இயல்புகளும் உடையார் பிறர் யாரும் இலராதலின், அவ்வியல்புகளைக் குறிக் கும் இந் நாமம் பிறரால் பெறுவதற்கு அரிதாகவும், முருகனுக்கே அமைந்ததாகவும் ஆயிற்று. பெறலரிய மரபையுடைய பெரும் பெயர் இது.

முருகன் என்னும் சொல்லில் நான்கு எழுத்துக்களே உண்டு. ஒற்றை நீக்கிக் கணக்கிடும் சம்பிரதாயப்படி பார்த்தாலும்,

விளியாகக் கொண்ட பொழுதும் மூன்று எழுத்துக்களே இத் திருநாமத்தில் உண்டு. மூன்று எழுத்துக்களால் ஆன மந்திரம் போன்றது 'முருக' என்னும் சொல். எழுத்துக்கள் மூன்றே ஆன இத்திருநாமம் 'பெரும் பெயர்' என்று கூறுவதற்கு ஏற்றதா? சிறிய திரு நாமம் அல்லவா இது? ஐந்தெழுத்து, ஆறெழுத்து, பன்னீரெழுத்து என்றெல்லாம் பேசும் மந்திரங்களும் திருநாமங்களும் இருக்க, இந்த மூன்றெழுத்துப் பெயரைப் பெரும் பெயர் என்று சொல்லலாமா?- இவ் விஷயத்தைச் சற்றுப் பார்க்கலாம்.

பெரும் பெயர் என்பதிலுள்ள பெருமை எழுத்துப் பெருக்கத்தைக் குறிப்பிடவில்லை. உருவினாற் சிறியனேனும் அகத்தியன் பெரு முனிவரன் ஆனான். அதுபோல் பொருட் பெருமையால் இது பெரிய பெயராயிற்று. அன்றியும் நால்வகையான பொருளைக் குறித்து, நால் வேறு பெயர்களால் அழைப்பதற்குச் சமானமாக அமைவதனால் இந் நாமம் ஒன்றில் நான்கு அடங்கியதாகிறது; அதற்கு மேலும் அடங்கியதாகவும் கொள்ளலாம். பெயரே பல பெயராக விரிவதற்கு உரியதென்றால் அது பெரும் பெயர் என்பதற்கு ஏற்றதே அன்றோ? அதனால்தான் அதனை ஒருமுறை கூறினாலும் பெரும் பயன் கிடைக்கும் என்று பெரியோர் கூறினர்.

அஞ்சு முகந்தோன்றின் ஆறு முகந்தோன்றும்
வெஞ்சமரில் அஞ்சலென வேல்தோன்றும் - நெஞ்சில்
ஒருகால் நினைக்கின் இருகாலும் தோன்றும்
முருகாஎன் றோதுவார் முன். (பழம் பாடல்)

முருகா எனஓர் தரமோ தடியார்
முடிமீ திருதாள்-புனைவோனே (திருப்புகழ்)

ஒரு பெயரானாலும் முருகா என்னும் திருநாமம் பல திருநாமங்களாகவே கொள்வதற்குரியது.

விழிக்குத் துணைதிரு மென்மலர்ப்
பாதங்கள்; மெய்ம்மைகுன்றா

மொழிக்குத் துணைமுரு காளனும்
நாமங்கள்

என்பது கந்தரலங்காரம். "முருகா எனும் நாமங்கள்" என்று அருணகிரிநாதர் கூறுகிறார். முருகா என்ற ஒரு நாமத்தையே நாமங்கள் என்றார். பல பொருள்களில் வரும்போது அது பல சொற்களாகவே எண்ணுதற்கு உரியது. பல நாமங்களுக்குரிய பொருளும் பயனும் உடையது. ஆதலால் பன்மையாற் கூறினார். இத்தகைய சிறப்பை யெல் லாம் உடையது முருக என்னும் நாமம். ஆகவே தான் நக்கீரர், "அரும்பெறல் மரபிற் பெரும் பெயர் முருக" என்று கூறுகிறார்.

தலைமைப் புலவன்

தமிழ் நாட்டார் தெய்வ பக்தியிற் சிறந்தவர்கள். தெய்வத் திருக்கோயில்களை இந் நாட்டில் அமைத் திருக்கும் அழகோடு வேறு எங்கும் காணல் அரிது. மற்ற எல்லாக் கடவுளரையும் தங்கள் தங்கள் மன இயல்புக்கு ஏற்பப் பூசித்து வந்தாலும், தமிழர்கள் தங்களுடைய நாட்டுக்கே தனியுரிமை படைத்த தெய்வமாக முருகனை வைத்துப் பூசித்தார்கள். முருக வழிபாடு இத் தென்னாட்டில் இருப்பது போல வேறு நாட்டில் இல்லை.

மிகப் பழங்காலந் தொடங்கியே முருகனுடைய கருணைத் திருவிளையாடல்களை நினைந்து பாடிப் போற்றி வந்தவர் தமிழர். தமிழுக்கு உரியதாக ஒரு பெரிய இலக்கணத்தை அருளியவர் அகத்திய மாமுனிவர். அவர் தென்னாட்டிற்கு வந்த பிறகு தமிழின் விரிவைக் கண்டு அதனைக் கற்றுக்கொள்ள வேண்டும் என்று ஆர்வம் உற்றார். முருகனுடைய திருவருள் பெற்றால் தமிழ் முழுதும் அறியலாம் என்ற உணர்வு வந்தது. உடனே வடிவேற் பெருமானை உபாசித்துத் தமிழை அவன்பால் அறிந் தார். இதனை,

குறுமுனிக்கும் தமிழுரைக்கும் குமரமுத்தம் தருகவே

என்ற பிள்ளைத் தமிழும்,

சிவனை நிகர் பொதியவரை முனிவனக மகிழஇரு
செவிகுளிர இனிய தமிழ் பகர்வோனே

என வரும் திருப்புகழும் தெளிவிக்கும். அகத்திய முனிவருக்குத் தமிழோடு மணி மந்திர ஔஷத

வித்தைகளையும் முருகன் போதித்தான் என்றும் கூறுவதுண்டு. சித்தர்களுள் ஒருவர் அகத்தியர். சித்தர்களெல்லாம் வழிபடும் மாறா இளமை படைத்த சித்தன் முருகன். ஆதலின் அகத்தியர் அப்பெருமானிடத்தில் யாவும் உணர்ந்தார்.

தமிழர்கள் முருகனிடம் கொண்ட பேரன்புக்கு அடையாளம் அவனைக் குறிஞ்சித் தலைவனாக வைத் திருப்பதே. உலக மெல்லாம் முதலில் கடலில் மூழ்கியிருந்ததென்றும், பிறகு நீர் வடிய வடிய முதலில் மலை தோன்றிப் பின் மண் தோன்றிய தென்றும் கூறுவர். முதலில் தோன்றிய மலையையும் அதைச் சார்ந்த இடத்தையும் தமிழர் குறிஞ்சி நிலம் என்று வகுத்துக் கொண்டனர். அந்தக் குறிஞ் சிக்கு உரிய தெய்வம் முருகன் என்பது தமிழர் கொள்கை.

சேயோன் மேய மைவரை உலகமும்

என்று தொல்காப்பியம் கூறுகின்றது.

முதல் முதலில் தோன்றிய திணைக்கு உரிய தெய்வமாக முருகனை வைத்த தமிழருக்கு, அப்பெரு மான்பால் முதல் தரமான பக்தி இருக்க வேண்டும் அல்லவா?

மலையின்மேல் முருகனை எழுந்தருளச் செய்த தற்கு மற்றொரு காரணமும் உண்டு. உலகத்தில் கல்வி முதலியவற்றால் மிக்க பெரியவர்களை உயரிய ஆதனத்தில் இருத்தி வழிபடுவது வழக்கம்; "உச்சத் தானத்தில் இருப்பவன் பூசித்தற் குரியவன்" என்ற பொருளுடைய வடமொழி வசனமும் உண்டு.

தெய்வத்தையும் உயர்ந்த ஆதனத்தில் வைத்து வழிபடுவது இயல்பு. மனிதன் படைத்து அமைக்கும் உயர்ந்த ஆதனங்கள் ஓரளவுக்குள்ளே அடங்கும். உலகத்தில் எது உயர்ந்த இடம் என்று பார்த்தனர் தமிழர். நிலப் பரப்பிலே உயர்ந்து நிற்பது மலை தானே? அந்த மலையாகிய உயர்ந்த ஆதனத்தில்

உயர்ந்த ஆண்டவனை வைத்து வழிபடுவதே தக்க நெறியென்று கொண்டார்கள்.

தமிழ் நாட்டில் அகத்தியருக்குப் பின் நூற்றுக்கணக்கான புலவர்கள் வாழ்ந்து தமிழ் ஆராய்ந்து நூல் இயற்றினார்கள். தமிழ்ப் புலவர்கள் ஒன்று கூடித் தமிழாராய்ச்சி செய்த இடத்துக்குச் சங்கம் என்று பெயர். மூன்று சங்கங்கள் ஒன்றன் பின் ஒன்றாகத் தமிழ் நாட்டில் இருந்தன. தலைச் சங்கம் இடைச் சங்கம், கடைச் சங்கம் என்று அந்த மூன்றையும் சொல்வார்கள்.

தலைச் சங்கத்தில் புலவரோடு புலவராகக் கடவுளரும் இருந்து தமிழாராய்ந்தார்களாம். திரிபுர மெரித்த விரிசடைக் கடவுளும், குன்றம் எறிந்த குமரவேளும், பிறரும் சங்கப் புலவர்களோடு இருந்து தமிழுக்கு வளம் வழங்கினர். அந்தப் புலவர்களுக்குள் தலைமைப் புலவராக இருந்தவர் அகத்தியர். சங்கம் நிறைந்திருந்த பொழுது, அவ் வகத்தியருக்கும் தமிழுரைத்த முருகக் கடவுளே பெருந்தலைவனாக வீற்றிருந்தான். புலவர்களுக்குள் முதற் புலவனாக அவன் இருந்தான். இப்படித் தலைச் சங்கத்தின் தலைப் புலவனாக அவன் வீற்றிருந்த பெருமையை நக்கீரர்,

பலர்புகழ் நன்மொழிப் புலவர் ஏறே

என்று கூறி அப்பெருமானைப் போற்றுகிறார். குமர குருபர சுவாமிகள் தாம் இயற்றிய முத்துக்குமார சுவாமி பிள்ளைத் தமிழில்,

சங்கத் தமிழின் தலைமைப் புலவா தாலோ தாலேலோ

என்று பாடுகின்றார்.

தலைச் சங்கத்தின் பின் இடைச்சங்கம் ஏற்பட்டது. அதிலும் பல புலவர்கள் இருந்தார்கள். பிறகு கடைச்சங்கம் எழுந்தது. அச் சங்கத்தில் இருந்த புலவர்களுள் கபிலர், பரணர், நக்கீரர் என்பவர் தலையாயவர். கபிலர், முருகனுடைய குறிஞ்சித்

திணையைப் பற்றியும் அந்நிலத்து ஒழுக்கத்தைப் பற்றியும் சொல்லும் "குறிஞ்சிப் பாட்டு " என்ற நூலை இயற்றியிருக்கிறார். அப்பாட்டு அளவாலும் தகுதியாலும் பெருமையுடையதாதலால் அதற்குப் 'பெருங்குறிஞ்சி' என்ற பெயரும் உண்டாயிற்று. பரணரும் தாம் பாடிய பாடல்களில் முருகனைப் பற்றிக் கூறியிருக்கிறார்.

நக்கீரர் முருகனைப் பற்றியே தனிநூல் ஒன்று இயற்றினார். அதுதான் திருமுருகாற்றுப்படை. வேறு எந்தத் தெய்வத்தைப் பற்றியும் அந்த அளவில் ஒரு நூல் சங்கத் தமிழில் இல்லை.

அதோடு, திருமுருகாற்றுப்படைக்கு மற்றொரு சிறப்பும் உண்டு. கடைச் சங்க நூல்களைப் பிற்காலத்தில் புலவர்கள் தொகுத்தார்கள். அவற்றை மூன்று வரிசையாகப் பிரித்தார்கள். பத்துப்பாட்டு, எட்டுத்தொகை, பதினெண் கீழ்க்கணக்கு என்று மூன்று நூல் வரிசைகளாக்கினர். பத்துப்பாட்டு என்ற வரிசையில் பத்து நீண்ட பாடல்கள் உண்டு. எட்டுத்தொகை என்ற மாலையில் பல பாடல்கள் சேர்ந்த எட்டு நூல்கள் உள்ளன. பதினெண் கீழ்க் கணக்கு என்னும் தொகுதியில் பதினெட்டு நூல்கள் இருக்கின்றன. இந்த மூன்றையும் பற்றிப் புலவர்கள் குறிப்பிடும்போது, பாட்டு, தொகை, கீழ்க் கணக்கு என்று சுருக்கமாகக் கூறுவர். இப்படி ஒன்றன்பின் ஒன்றாக நிற்கும் மூன்றிலும் முதலில் நிற்பது பத்துப்பாட்டு என்னும் வரிசை. அதில் முதலாக இருப்பது திருமுருகாற்றுப்படை. நக்கீரருக்கு முந்தியவர் கபிலர். அவர் இயற்றிய குறிஞ்சிப் பாட்டும் பத்துப்பாட்டில் சேர்ந்ததே. ஆனாலும் நக்கீரர் இயற்றிய நூல் முருகன் பெருமையை விரிவாகச் சொல்வதனால் அதற்கே புலவர்கள் முதல் இடம் கொடுத்தார்கள். திருமுருகாற்றுப்படை இவ்வாறு கடைச்சங்கச் செய்யுள்களுக்குள்ளே முதலில் அமைந்து சிறப்படைந்ததை நினைந்த சிவப் பிரகாசர்,

பாவுள், முன்னுற வந்து நிற்கும்
முருகாற்றுப் படைமொ ழிந்தான்

என்று பாடுகின்றார்.

பத்துப்பாட்டுக்கு அடுத்த நூல்மாலை எட்டுத் தொகை. நற்றிணை, குறுந்தொகை, ஐங்குறுநூறு, பதிற்றுப்பத்து, பரிபாடல், கலித்தொகை, அகநானூறு, புறநானூறு என்று எட்டு நூல்கள் அடங்கிய தொகை அது. இந்த எட்டு நூல்களிலும் முதலில் தொகுக்கப் பெற்றது குறுந்தொகை யென்று என் ஆசிரியப்பிரானாகிய டாக்டர் ஐயரவர்கள் எழுதி யிருக்கிறார்கள். அந்தக் குறுந்தொகையில் கடவுள் வாழ்த்தாக அமைந்த முதற் பாட்டு முருகனுடைய தோத்திரம். அதைப் பாடினவர் பெருந்தேவனார் என்ற புலவர் பெருமான்.

நூலில் முதற் பாட்டாக இருப்பது 'திப்புத் தோளார்' என்ற புலவர் இயற்றிய பாட்டு. கடவுள் வாழ்த்தைப் புறத்தே ஒதுக்கிவிட்டாலும் நூலின் அகவுறுப்பாக முதலில் நிற்கும் அந்தப் பாட்டின் ஆரம்பமே முருகனைப் பற்றிச் சொல்கிறது; "ரத்தத்தால் போர்க்களம் சிவக்கும்படியாக அவுணர்களைச் சங்கரித்த சிவந்த அம்பையும், சிவந்த கொம்பையுடைய யானையையும், கழலுகின்ற தோள்வளையையும் உடைய முருகனுக்கு உரிய இந்த மலையில் அவனுக்குப் பிரியமான காந்தள் மலர் மிகுதியாக உள்ளன" என்ற பொருளுடையது அப்பாட்டு.

செங்களம் படக்கொன்று அவுணர்த் தேய்த்த
செங்கோல் அம்பின் செங்கோட்டி யானைக்
கழல்தொடிச் சேஎய் குன்றம்
குருதிப் பூவின் குலைக்காந் தட்டே.

இரண்டாவது பாட்டாக வருவது ஆலவாய்ப் பெருமான் தருமிக்குப் பொற்கிழி வாங்கி அளிப்பதற்காகப் பாடிய 'கொங்குதேர் வாழ்க்கை' என்ற பாட்டு. இறைவர் இயற்றிய அந்தப் பாட்டைக் கூட முதற் பாட்டாக வைக்கவில்லை; இரண்டாவதாகத்தான் வைத்திருக்கிறார்கள். காரணம், முருகன் சம்பந்தமான பாடலை முதலில் வைக்கவேண்டும் என்ற ஆர்வம் போலும் !

எட்டுத் தொகையில் அமைந்த நூல்களில் பரிபாடல் என்பது ஒன்று. மிகப் பழங்காலத்தில் புலவர்கள் பண்ணோடு அமைத்துப் பாடிய ஒரு வகைப் பாடல் பரிபாடல். பிற்காலத்தில் அந்தப் பாட்டைப் பாடுவார் இல்லை. பரிபாடல் எழுபது சேர்ந்த நூல் அது. ஒவ்வொரு பாட்டுக்கும் ராகமும் தாளமும் உண்டு. பெரும்பாலும் கடவுளர் துதிகளாக அமைந்த நூல் அது ; திருமால், முருகன், துர்க்கை என்ற மூன்று தெய்வங்களைப் பற்றிய துதியும், மதுரையையும் வையையாற்றையும் பாராட்டிய பாடல்களும் உள்ள தொகை.

எழுபது பாடல்களுள் திருமாலுக்கு எட்டுப் பாடல், துர்க்கைக்கு ஒன்று, வையைக்கு இருபத்தாறு, மதுரைக்கு நான்கு, முருகனுக்கு முப்பத் தொன்று. இந்தக் கணக்கிலிருந்து பரிபாடலில் அதிகப் பாடல்களை ஏற்றவன் முருகன் என்பது தெரிய வரும். அது மட்டும் அன்று. மதுரையையும் வையையும் பாடும் பாடல்களில் திருப்பரங்குன்றமும் அங்கே எழுந்தருளிய முருகன் புகழும் விரவி வரும். புலவர்கள் அடிக்கடி முருகனைப் பாராட்டிப் பாடும் இயல்புடையவர்களாக இருந்தனரென்பதற்குப் பரி பாடலும் ஒரு சாட்சியாக நிற்கிறது.

கடைச்சங்க காலத்தில் ஆலவாயில் எழுந்தருளி யிருக்கும் இறைவர் அகப்பொருள் நூல் ஒன்றை இயற்றித் தந்தார். அறுபது சூத்திரங்களையுடைய அந்த நூலுக்கு இறையனாரகப் பொருள், களவியல் என்னும் பெயர்கள் வழங்கும்.

இலக்கண நூலுக்கு உரை இன்றியமையாதது. விரிந்த பொருள்களை அடக்கிச் சுருக்கமாகச் சூத்திர உருவத்தில் மூல ஆசிரியர்கள் இலக்கணத்தை அமைத்துச் சொல்வார்கள். அவ்வக் காலத்துக்கு ஏற்ற வகையில் அதற்குப் பொருள் விரித்து உரையெழுதி உதாரணங் காட்டி அதனைப் பயன்படச் செய்வது உரையாசிரியர் கடமை. பழைய தமிழ் இலக்கணமாகிய தொல்காப்பியத்துக் குப் பல உரைகள் உண்டு.

இறைவர் இயற்றிய அகப்பொருளுக்கும் பல உரைகள் எழுந்தன. எல்லாம் ஒரே காலத்தில் எழுந்தன. ஒரே காலத்தில் பலர் உரை எழுதினால் எது சிறந்தது என்ற குழப்பம் நேரும் அல்லவா? கடைச்சங்கப் புலவர் யாவரும் பாண்டிய மன்னனது வேண்டுகோளுக்கு இணங்கி ஆளுக்கு ஒருரை எழுதினார்கள். அத்தனை உரையையும் வாசிப்பது சாத்தியமான காரியமா? அவற்றுள், "இதுதான் சிறந்தது " என்று எப்படி ஒன்றைத் தேர்ந்தெடுப் பது?

ஒருவரோடொருவர் சமானமாக இருந்த அப்புலவர் கூட்டத்தினர் எழுதிய உரைகளை ஆராய வேண்டுமானால், அவர்களைவிட மிஞ்சிய புலமை படைத்த புலவர் ஒருவர் இருந்தால் அவரே, "இது சிறந்தது" என்று சொல்லலாம். அத்தகையவர் ஒருவரும் பாண்டியனுக்குக் கிடைக்கவில்லை. மூல நூலைத் தந்த ஆலவாய்ச் சொக்கரிடத்திலே போய் முறையிட்டுக் கொண்டான். இறைவர், "இலக்கணத்தை மதிப்பிடும் பெருமை படைத்தவன் முருகன் ஒருவனே. அன்றியும் நம்முடைய உள்ளக் கருத்தை உணர்பவர் நம் குழந்தையையன்றி வேறு யார் உள்ளார்?' என எண்ணி, "இவ்வூரில் வணிகர் வீதியில் ருத்திர ஜன்மன் என்ற ஊமைக் குழந்தை ஒருவன் இருக்கிறான். அவன் முருகனுடைய கூறுடையவன். அவனை அழைத்து வந்து தக்க மரியாதை பண்ணி, உயர்ந்த ஆதனத்தில் இருத்தி, உரைகளெல்லாம் வாசித்தால், எதைக் கேட்கும் போது அவன் புளகாங்கிதம் அடைந்து கண்ணீர் விட்டு ரசிக் கிறானோ அதுவே சிறந்ததாகும்" என்று அருள் செய்தார்.

பாண்டியன் அவ்வாறே செய்தான். மற்றப் புலவர்கள் தம் உரைகளை வாசிக்கையில் சும்மா இருந்த ருத்திரஜன்மன் நக்கீரர் உரையைக் கேட்டுக் கேட்டுப் புளகாங்கிதமுற்று உடல் குலுங்கக் கண்ணீர் வார இன்புற்றான். அதனால் நக்கீரர் உரையே சிறந்ததென்று கொண்டான் பாண்டியன். அவ்வுரையே பிறகு வழங்கி வரலாயிற்று.

இப்படிப் புலவருள் தலைவனாக இருந்ததோடு, சங்கப் புலவர்களின் தகுதியறியும் அதிகாரியாகவும் முருகன் இருந்திருக்கிறான். இந்தச் செய்தியை நினைந்தே நக்கீரர் முருகனை, "நூலறி புலவ" என்று திருமுருகாற்றுப் படையில் பாடுகிறார். அந்தக் காலத்தில் நூல் என்பது இலக்கணத்தை மட்டும் குறிக்கும் சொல்லாக இருந்தது. எனவே அத்தொடருக்கு, "இலக்கணத்தின் தகுதி தேர்ந்து ஆராய்ந்து அறியும் புலவனே " என்று பொருள் செய்வதே பொருத்தமாக இருக்கும்.

முருகன் இலக்கணங்களைத் தேர்ந்தறிந்த செய்தி நக்கீரருக் குத்தானே நன்றாகத் தெரியும்? அவர் நூலுரை யைத்தானே அவன் அறிந்து முதற்பரிசு தந்தான்? இந்தப் பழந்தமிழ்நூற் செய்திகளால் தமிழர் முருகனுக்கு நன்றாக அளித்த தலைமைத்திறம் விளங்கும்.

குறிஞ்சிக் கடவுள்

முருகவேளுடைய பெருமையைத் தமிழ்நாட்டார் பழங் காலமுதல் உணர்ந்து பாராட்டி, அப் பெருமானைப் போற்றி, அறம் பொருள் இன்பம் வீடு என்னும் நால்வகைப் பயனையும் பெற்றார்கள். நெடுங் காலமாகப் புலவர் பெருமக்களால் வளர்க்கப்பட்டு வரும் தமிழில் உள்ள பல நூல்கள் அங்கங்கே முருகனைப்பற்றிய செய்திகளைத் தருகின்றன. தமிழுக்கே சிறப்பாக உரியது என்று சொல்லப் பெறும் அகப் பொருள் அமைதியையுடைய பாடல்களில் மிகுதியாக முருகனைப் பற்றிய செய்திகள் வருகின்றன. அதற்குக் காரணம், தமிழர் வரம்பு கட்டிப் போற்றிய அகப்பொருள் ஒழுக்கமாகிய காதல் நாடகம் ஆரம்பிக்கும் முதல் நிலத்தின் தெய்வமாக முருகன் அமைந்ததுதான்.

நிலப்பரப்பை ஐந்தாக வகுத்து மலையும் அதனைச் சார்ந்த இடமும் குறிஞ்சியெனக் கொண்ட தமிழர் அந்நிலத்துக்குத் தெய்வமாக முருகனை வைத்து வழிபட்டனர். குறிஞ்சி என்ற பெயர் அந்த நிலத்தில் அருமையாக வளர்ந்து மலரும் குறிஞ்சிப் பூவிலிருந்து வந்தது. அம்மலர் நீலநிறமுடையது; பன்னிரண்டு ஆண்டுகளுக்கு ஒருமுறை மலருமாம்.

சேயோன்

குறிஞ்சி நிலத்துக்குத் தெய்வம் முருகன் என்பதைத் தொல்காப்பியர்,

சேயோன் மேய மைவரை உலகமும்

என்று புலப்படுத்துகிறார். 'செங்கேழ் முருகன் காதலித்த வான் தங்கிய வரைசூழ் உலகம்' என்று நச்சினார்க்கினியர் இதற்குப்

பொருள் எழுதுவர். சேய் என்றும் சேயோன் என்றும் முருகனுக்குப் பெயர் தொன்றுதொட்டு வழங்கும். சேய் என்பது குமாரன் என்ற வடசொல்லின் மொழிபெயர்ப்பு என்று கூறுவார் உண்டு. ஆனால் பழைய தமிழ் நூல்களில் அச்சொல் வரும்போதெல்லாம் 'சிவந்த நிறமுடையவன்' என்றே பொருள் எழுதுவர். தொல்காப்பியர் இங்கே 'சேயோன்' என்று முருகனைக் குறிக்கிறார். அதற்கு நச்சினார்க்கினியர், 'செங்கேழ் முருகன்' என்று உரை வகுத்தார். கேழ் என்பது நிறம்; சிவந்த நிறமுடைய முருகன் என்பது பொருள். முருகன் செந்நிறமுடையவன் என்பதை நக்கீரர், செய்யன் சிவந்த ஆடையன்' என்று திருமுருகாற் றுப்படையில் கூறுகின்றார். சிவபெருமான் பவழம் போன்ற மேனியுடையவன். அப்பெருமானினின் றும் வேறல்லாத முருகனும் அந்நிறமே உடையவன். ஆகையால் பெருந்தேவனார் என்ற சங்கப் புலவர் முருகனுடைய துதி ஒன்றில்,

பவழத் தன்ன மேனி

என்று பாராட்டுகின்றார். "பவழம்போல் மேனியிற் பால்வெண் ணீறும்" என்று சிவபெருமானை அப்பர் சுவாமிகள் பாராட்டியிருக்கிறார் அல்லவா?

சேயோன் மேய மைவரை உலகம்' என்று குறிப்பிடும் தொல்காப்பியச் சூத்திரத்தில் மேய என்ற சொல்லுக்குக் 'காதலித்த' என்று உரை எழுதுவார் நச்சினார்க்கினியர். மேய என்பதும் மேவிய என்பதும் ஒரே சொல்லின் வேறு வேறு உருவம். மேவிய என்பது விரும்பிய என்றும், தங்கிய என்றும் இருபொருளைத் தரும். முருகன் குறிஞ்சி நிலத்தில் விரும்பித் தங்குகிறான்.

மேகம் சூழ்ந்த மலை நிலம் என்ற பொருள் தோன்றக் குறிஞ்சியை, மைவரை உலகம் 19 என்று சொல்லுகிறார். மை- மேகம். மேகத்தைக் கூறினமையால் மழை உண்டென்பதும், அந்த மழையால் அருவி உண்டென்பதும், வளம்

உண்டென்பதும் பெறப்படுகின்றன. இயற்கைத் தேவியின் பருவ வளப்பத்தைப் புலப்படுத்தும் பகுதியாக விளங்குவது மலை. அந்த மலை வளத்தைக் கண்டு காதலித்த முருகன், 'இதுவே என் ராஜ்யம்' என்று விரும்பித் தங்குகிறான்.

இங்கே குறவர் முதலியவர் கூடி வெறியாட் டெடுத்து முருகனை வழிபடுவார்கள். குறவர் நாகரிக மற்ற சாதியினர் என்று அவன் நினைப்பானா? அவர்களுடைய அன்பை உணர்ந்து அவர்களுக்கு அருள் செய்யும்பொருட்டு வெளிப்படுவான்.

தேனும் தினையும் ஊனும் மலைநெல்லும் வைத்து, ஆட்டை அறுத்துப் பலிகொடுத்துக் குர வைக் கூத்தாடிக் குறவரும் குறத்தியரும் ஆடும் ஆட்டத்துக்கு வெறியாட்டென்று பெயர். அது முருகனை நோக்கிச் செய்வது. குறிஞ்சி நிலத்தில் இந்தப் பூசை நிகழும். இதை நடத்தும் பூசாரிக்கு வேலன் என்று பெயர்.

வெறியாட்டில் ஆட்டுப்பலி முதலியன நிகழ்ந் தாலும் முருகன் அன்பு ஒன்றையே கருதி வெளிப்படுவான். 'குறிஞ்சி நிலத்துக் குறவர் முதலியோர் குழீஇ வெறி அயர்தற்கு வேண்டும் பொருள் கொண்டு வெறி அயர்ப ஆகலின், ஆண்டு முருகன் வெளிப்படும் என்றார்' என்று நச்சினார்க்கினியர் குறிஞ்சி நிலத்தின்மேல் முருகனுக்கு உண்டான காதலுக்குரிய காரணத்தை விளக்குகிறார்.

முருகனைத் தெய்வமாக உடைய குறிஞ்சி நிலத்துக்குச் சிறப்பான பருவம் ஐப்பசி கார்த்திகை மாதங்களாகிய கூதிர் காலமாம். சிறு பொழுதுகளில் நள்ளிருள் யாமம் சிறந்ததாம்.

காதலர் முதல் முதலாகக் கண்டு காதல் கொள்வதற்குக் குறிஞ்சி நிலம் சிறந்தது. ஆகவே காதல் நாடகத்தில் குறிஞ்சித் திணை என்ற பிரிவு காதலர் கூடுதற்குக் காரணமான செய்திகளையும் கூடும் செய்திகளையும் விரிவாகச் சொல்லும். முருகன் உண்மைக் காதலர்கள் ஒன்றுபடுவதற்குரிய திருவருளைச் செய்பவன் என்ற

கருத்தைத் தமிழர் கொண்டிருந்தனர் என்று இதைக்கொண்டு சொல்லலாம் அல்லவா?

கல்யாணம் பண்ணிக் கொள்வதற்கு முன்பே காதலர் ஒருவரை ஒருவர் எதிர்ப்பட்டு அன்பு செய்வதைக் களவுப் புணர்ச்சி என்று சொல்வார்கள். வள்ளியெம்பிராட்டியிடம் முருகப் பெருமான் காதல் செய்தது போன்றது இது. இந்த நிகழ்ச்சியில் பிறர் அறியாவாறு, மிகவும் அரியவளாகிய காதலியைத் தேடிக் கொண்டு காதலன் வருவான். ஐப்பசியும் கார்த்திகையுமாகிய வாடைக் காலத்தில் வந்து காதலியைக் காண்பது அருமை; நள்ளிருளில் காண் பதும் அத்தகையதே. சலார் சலாரென்று வாடை யோடு நீர்த்துளி வீசுவதாலும், நடு இரவில் விலங்குகள் தம் விருப்பப்படி ஆணும் பெண்ணும் சேர்வதாலும் காதலியைக் காணவேண்டு மென்றிருக்கும் காதலனுக்கு ஆர்வம் மிகுதியாகும். அதிகமாகப் பசித்தவனுக்கு உணவு கிடைத்தால் அதிகமாக ருசிக்கும். அதுபோல இந்த இடையூறுகளால், காண முடியாதோ என்று அதிகமாக வேகங்கொண்ட தலைவன் பெரு முயற்சி செய்து தலைவியைக் கண்டு அளவளாவினால் அப்போது உண்டாகும் இன்பம் மிகச் சிறந்ததாக இருக்கும். தலைவனும் தலைவியும் ஒன்றுபடும் இன்பம் மிக அதிகமாகும் படியாகச் செய்யக் காரணமாக இருப்பதால், கூதிர் காலமும் அர்த்த யாமமும் குறிஞ்சிக்குச் சிறந்தவை யென்று அமைத்திருக்கிறார்கள். இதைப் பின்வருமாறு நச்சினார்க்கினியர் எழுதியிருக்கிறார்.

இனிக் குறிஞ்சியாவது புணர்தற்பொருட்டு. அஃது இயற்கைப் புணர்ச்சி முதலியனவாம். இயற்கைப் புணர்ச்சி நிகழ்ந்தபின், களவு நீட்டிப்பக் கருதும் தலைவற்குக் களவினைச் சிறப்பிக்குங்கால், தலைவி அரியளாக வேண்டும். ஆகவே, அவ்வரு மையை ஆக்குவது ஐப்பசியுங் கார்த்திகையுமாகிய கூதிரும் அதன் இடையாமமும்' என்பது. என்னை?

இருள் தூங்கித் துளிமிகுதலின் சேறல் அரிதாதலா னும், பானாட் கங்குலிற் பரந்துடன் வழங்காது மாவும் புள்ளும்

துணையுடன் இன்புற்று வதிதலிற்க காமக் குறிப்புக் கழியவே' பெருகுதலானும், காவல் மிகுதி நோக்காது வரும் தலைவனைக் குறிக்கண் எதிர்ப்பட்டுப் புணருங்கால் இன்பம் பெருகுதலின், இந்நிலத்திற்குக் கூதிர் காலம் சிறந்ததெனப்படும்.'

வேலன் ஆடும் காந்தள்

குறிஞ்சி நிலத்தில் வெறியாடும் பூசாரி தன் கையில் வேலைப் பிடித்திருப்பதால் அவனுக்கு வேலன் என்று பெயர். அவன் கழற்சிக்காய்களை வைத்து நிமித்தம் பார்ப்பான். முருகனுடைய விக்கிரகத்தைப் பாதுகாப்பதால் அவனுக்குப் படிமத்தான் என்றும் பெயருண்டு. படிமம் - விக்கிரகம். அவன் ஆடும்பொழுது காந்தள் என்ற பூவைச் சூடி ஆடு வான். காந்தள் முருகனுக்கு அடையாளக் கண்ணி. அதனைச் சூடி ஆடுவதால் வெறியாட்டுக்குக் காந்தள் என்று ஒரு பெயர் உண்டு.

வெறி அறி சிறப்பின் வெவ்வாய் வேலன்
வெறியாட்டு அயர்ந்த காந்தளும்

என்று அந்தக் கூத்தைப்பற்றித் தொல்காப்பியம் சொல்கின்றது. 'தெய்வத்திற்குச் செய்யுங் கடன்களை அறியும் சிறப்பினையும், உயிர்க்கொலை கூறலின் வெவ்வாயினையும் உடைய வேலன் தெய்வமேறி ஆடுதலைச் செய்த காந்தளும்' என்பது நச்சினார்க்கினியர் உரை. வேலன் ஆவேசம் வந்து ஆடுவான்.

சிறுபான்மை குறமகளிரும் ஆவேசம் வந்து ஆடுவது உண்டு. முருகனைக் கூவி அழைத்துப் பாடுவதனால் அகவல் மகளென்றும், முறத்தில் நெல்லை வைத்துக் கட்டுப் பார்த்து நிமித்தம் கூறுவதனால் கட்டுவிச்சி, கணிகாரி என்றும், தெய்வமேறி யாடுதலால் தேவராட்டி என்றும் அவளைக் கூறுவார்கள்.

காதலனைக் காணாமல் சோர்வுற்றிருக்கும் காதலியைக் கண்டு, அவளுடைய தாய், 'இவளுக்கு இந்தச் சோர்வு ஏன் வந்தது?' என்று ஆராயப் புகுவாள். வேலனை அழைத்துக் கழங்கு கொண்டும், கட்டுவிச்சியை அழைத்துக் கட்டுக் கொண்டும் நிமித்தம் பார்க்கச் செய்வாள். அவர்கள், 'இது முருகனால் வந்தது' என்று சொல்ல, உடனே தாய் அப் பெருமானுக்குப் பூசை போட்டு வெறியாட்டெடுப்பாள். இதைத் தொல்காப்பியம் பின்வருமாறு சொல்லும்:

கட்டினும் கழங்கினும் வெறியென இருவரும்
ஒட்டிய திறத்தாற் செய்திக் கண்ணும்.

"தேவராட்டியும் பூசாரியும் ஆகிய இருவரும் கட்டினாலும் கழங்கினாலும் ஆராய்ந்து, இது வெறியாட்டுச் செய்தால் தீரு மென்று ஒன்றுபட்டுச் சொன்னபோது அப்படியே செய்யத் தொடங்கும் போது செவிலி பேசுவாள்' என்பது இதன் பொருள்.

வேலும் மயிலும்

முருகப்பெருமான் வேற்படையையும் மயில் வாகனத்தையும் உடையவன். இவ்விரண்டையும் தியானித்தல் முருகனடியார் இயல்பு. "வேலும் மயிலும்" என்பதை மந்திரம் போல உருப்போடுதலும் உண்டு. தொல்காப்பியத்துக்கு உரைவகுத்த பெரியார்கள் இவ்விரண்டைப்பற்றியும் இரண்டிடங்களில் சொல்லியிருக்கின் றனர்.

பெரும்பாலும் போரைப் பற்றியும் வீரத்தைப் பற்றியும், சிறுபான்மை அறம் முதலியவற்றைப் பற்றியும் சொல்லும் பகுதிக்குத் தமிழர் புறம் என்று பெயர் வைத்திருக்கிறார்கள். புறத்திணையில் பல திணைகளும் துறைகளும் உண்டு. வேலைப் பாராட்டுவது ஒரு துறை. வேலை எடுத்துச் சொல்வதற்குக் காரணம் அது மற்றப்படைகளிலெல்லாம் சிறந்ததாக இருப்பது. வில், வாள், அம்பு, தோமரம் முதலிய பல ஆயுதங்களைப் பழைய நூல்கள்சொல்கின்றன. ஆனாலும்

வேலுக்கே மிக்க சிறப்பு உண்டு. யானையைக் கொல்லுதல் பெரிய வீரம். அதற்கு உதவுவது வேல்.

பெரும்பகை தாங்கும் வேலி னானும்

என்று வேலைச் சிறப்பிக்கும் துறைக்கு இலக்கணம் வகுத்தார் தொல்காப்பியர். 'போர் செய்யாமலே தன்னைக் கண்ட மாத்திரத்திலே பெரிய பகைவர் பயந்து நிற்கும்படியாகச் செய்யும் வேல்' என்று இதற்குப் பொருள் கொள்ள வேண்டும். வேலை யுன்றி மற்றப் படைகளைச் சிறப்பிப்பதும் மரபுதான். வேலைச் சொன்னாலும் அதற்கு இனமாக உள்ளவற்றையும் கொள்ளுவது இலக்கணத்துக்குப் புறம் பல்ல. வேலை எடுத்துச் சொன்னதற்கு அதன் சிறப்புத்தான் காரணம்.

இதை நச்சினார்க்கினியர் உரையில் விளக்குகிறார்; 'காத்தல் தொழிலன்றி அழித்தல் தொழில் பூண்ட முக்கட் கடவுட்குச் சூல வேல் படையாதலானும், முருகற்கு வேல் படை ஆதலானும், சான்றோர் வேற்படையே சிறப்பப் பெரும்பான்மை கூறலானும் வேலைக் கூறி, ஏனைப் படைகளெல்லாம் உத்தியாற் பெற வைத்தார்.'

முருகன் திருக்கரத்தில் உள்ளது சிறப்புக்கு ஒரு காரணம் என்று அப் பெரியார் கூறுகிறார்.

தொல்காப்பியத்தில் மரபியல் என்பது ஒரு பகுதி. இன்ன பொருளுக்கு இன்ன பெயர் வழங்குவது மரபு என்று சொல்வது அது. சேவல் என்ற பெயர் சிறகுடைய பட்சிகளுக்கு வரும்; ஆனால் மயிலுக்கு மட்டும் வராது. இதை ஒரு சூத்திரம் சொல் கிறது.

சேவற் பெயர்க்கொடை சிறகொடு சிவணும்
மாயிருந் தூவி மயிலலங் கடையே

என்பது அச் சூத்திரம். இதற்கு உரை வகுத்த பேராசிரியர் என்னும் பெரியார். சேவல் என்பது மயிலுக்கு வாராததற்குக் காரணம் என்ன வென்பதை 'மாயிருந் தூவி' என்பதிலிருந்து

ஊகித்துச் சொல்கிறார். 'மாயிரும் தூவி மயில் என்றதனால் அவை தோகையுடையவாகிப் பெண்பால் போலும் சாயல ஆகலான், ஆண்பால் தன்மை இல என்பது கொள்க' என்று எழுதுகிறார். உடனே, 'எனவே செவ்வேள் ஊர்ந்த மயிற்காயின் அதுவும் நேரவும் படும் என்பது' என்று எழுதி யிருக்கிறார். ஆண் தன்மையாகிய வீரமுடையவற்றிற்குச் சேவல் என்ற பெயர் பொருந்தும். ஆண் மயிலுக்குத் தோகை உண்டு. அந்தத் தோகை அதைப் பின்னும் மென்மை யுடையதாகக் காட்டுகிறது. ஆகையால் மென்மைத் தோற்றமுடைய மயிலுக்குச் சேவல் என்ற பெயர் கூடாதென்பது இலக்கணக்காரர் கொள்கை. வீரத்தோற்றம் இருந்தால் அதைச் சேவல் என்று சொல்லலாம். முருகன் ஊரும் மயில் வீரத்தோற்றத்தை உடையது. அது 'பக்கரை விசித்திரமணி பொற்கலணை யிட்ட நடைபட்சியெனு முக்ர துரகம்' என்றும், 'தீரச் செம்பொன் மயில்' (திருப்புகழ்) என்றும் பாராட்டப்பெறுவதல்லவா? ஆகவே அதற்குச் சேவல் என்ற பெயர் கொடுக்கலாம் என்று பேராசிரியர் சொல்கிறார். தீராதி தீரப் பெரு மாளுடைய வாகனம் அல்லவா? மற்றக் காட்டு மயில் களுக்கு இல்லாத சிறப்பு அதற்கு இருப்பது ஆச்சரியம் அன்று..

புகழ் நூல்கள்

முருகப்பிரானுடைய சரிதம் விரிந்தது. சிவ பெருமானுடைய அருள் திருவிளையாடல்களும் வீர விளையாடல்களும் பலவாதல் போல முருகவேளுடைய விளையாடல்களும் பல. அன்றியும் அவனுடைய இளமைத் திருவிளையாடல்கள் பல பல வகையாக இருக்கின்றன.

முருகனுடைய வரலாற்றைக் கூறும் புராணம் ஸ்காந்தம். பதினெண் புராணங்களில் ஒன்றாகிய அதுவே எல்லாப் புராணங்களையும் விடப் பெரியது. அது லக்ஷம் கிரந்தமுடையது. பல பகுதிகளையுடைய அதனுடைய ஒரு பகுதியையே தமிழில் கச்சியப்ப சிவாசாரியார் மொழிபெயர்த்தார்.

"எந்தப் பொருளும் கந்தபுராணத்திலே" என்பது தமிழில் வழங்கும் பழமொழி. அறம், பொருள், இன்பம், வீடு என்ற உறுதிப்பொருள் நான்கோடு, தெய்வங்களின் வரலாறுகளும், தலச் செய்திகளும், வேறு பல விஷயங்களும் அமைந்த பெருங்கடல் வடமொழிக் கந்தபுராணம். அதனால் தான் அந்தப் பழமொழி வழங்குகிறது. கந்தபுராண நூலாசிரியர் இதனையே ஒரு பாட்டில் குறிக்கிறார்.

புதுமயில் ஊர்பரன் புராணத் துற்றிடாக்
கதையிலை; அன்னது கணிதம் இன்றரோ

என்று அவையடக்கத்தில் கூறுகிறார்.

வடமொழிக் கந்த புராணம் சனற்குமார சங்கிதை, சூத சங்கிதை, பிரம்ம சங்கிதை, விஷ்ணு சங்கிதை, சங்கர சங்கிதை, சூர சங்கிதை என்று ஆறு பிரிவாக உள்ளது. அந்த

ஆறு பிரிவில் ஒன்றாகிய சங்கர சங்கிதை பன்னிரண்டு பகுதிகளை உடையது. அந்தப் பன்னிரண்டிலும் முதலாவதாக அமைந்தது சிவரகசிய கண்டம் என்பது.அப் பகுதியும் ஏழு காண்டங்களால் அமைந்தது. அந்த ஏழில் முதல் ஆறையும் தமிழ்ப்பாவினால் இயற்றினார் கச்சியப்ப சிவாசாரியார் என்ற புலவர் பெருமான். ஏழாவது காண்டமாகிய உபதேச காண்டத்தைத் தனியே கோனேரியப்ப நாவலர் என்னும் புலவர் பாடியிருக்கிறார்.

தமிழ்நாட்டில் பல அன்பர்கள் கந்தபுராணத்தைப் பாராயணம் செய்து வந்தனர். ஆறு காண் டங்களும், 94 படலங்களும், 10,346 செய்யுட்களும் உடையது தமிழ்க் கந்தபுராணம். அதன் விரிவை நோக்கிய சிலர் முருகவேளுடைய வரலாற்றைச் சுருக்கமாகச் சொல்லும் நூல் ஒன்று வேண்டுமென்று விரும்பினர். திருக்கைலாய பரம்பரைத் ஆதீனத்தைச் சார்ந்த ஸ்ரீ சம்பந்த சரணாலய சுவாமிகள் என்னும் பெரியார் 1049 செய்யுட்களில் கந்தபுராணச் சுருக்கம் என்ற நூலை இயற்றினார். கந்தபுராணத்தில் உள்ள விரிவான வருணனைகளையும், சில உபாக்கியானங்களையும் விலக்கி விட்டு, அதில் விரிவாகச் சொல்லப் பெற்ற வரலாறுகளைச் சுருக்கமாக அமைத்து அந்நூலை அவர் இயற்றினார்.

புராண வகையில் அமைந்த முருகன் வரலாறு இது. இதிகாசமாகிய ராமாயணத்தில் முருகன் வரலாறு சொல்லப் பெறுகிறது. விசுவாமித்திர முனிவர் தம்முடைய வேள்வியைப் பாதுகாக்கும் பொருட்டு, ராமனையும் லக்ஷ்மணனையும் அழைத்துக் கொண்டு செல்லும் வழியில் காமன் இறைவன் திரு நுதற்கண்ணினாற் பட்டு விழுந்த இடத்தைக் காண்கிறார்கள். அதன் வரலாறு யாதென்று கேட்ட ராமனுக்கு விசுவாமித்திரர் காமசங்காரக் கதையையும், முருகன் திருவவதாரக் கதையையும் தெரிவிக்கிறார். மகாபாரதத்திலும் முருகனுடைய வரலாறு வருகிறது.

வடமொழியில் மிகச் சிறந்த கவியாக விளங்கிய காளிதாசன் முருகனுடைய திருவவதாரத்தை ஒரு காவியமாகவே

பாடியிருக்கிறான். அதற்குக் குமார சம்பவம் என்று பெயர். சுவை மலிந்த பிழம்பாக விளங்குவது அது.

ஆகமங்களுள் முருகவேள் வழிபாட்டைக் கூறும் தனிச் சிறப்பையுடையது குமார தந்திரம் என்பது.

பிற்காலத்தில் வேலுச்சாமிக் கவிராயர் என்பவர் கந்தபுராணத்தை வெண்பாக்களில் பாடினார். கந்தபுராண வெண்பா என்று அதன் பெயர் வழங்கும்.

முருகவேள் சூரசங்காரம் செய்து, இந்திரன் முதலிய தேவர் வேண்டத் தெய்வயானை அம்மையாரைத் திருமணம் செய்து கொண்ட வரலாற்றை மிக விரிவாக ஒரு புலவர் தமிழ்ச் செய்யுளாகப் பாடி யிருக்கிறார். அதற்குத் தெய்வயானையம்மை புராணம் என்று பெயர்.

அப்படியே வள்ளி நாச்சியார் வரலாற்றை ஒரு புலவர் வள்ளியம்மை புராணம் என்ற பெயரோடு பாடியிருக்கிறார். பிற்காலத்தில் வள்ளியம்மையார் திருமணத்தை நாடகமாகவும், கும்மியாகவும், ஒயிற் கும்மியாகவும் பாடியவர்கள் பலர். திண்ணைதோறும் ஊர்தோறும் அந்தப் பாடல்களை இசையும் தாளமும் பொருந்த யாவருடைய உள்ளத்தையும் கவரும் வண்ணம் பலர் பாடிவருவார்கள்.

இவற்றையன்றித் தமிழிலும் வடமொழியிலும் அமைந்த தலபுராணங்கள் பலவற்றிலும் முருகனுடைய வரலாறுகள் அமைந்து கிடக்கின்றன. ஆறு படைவீடுகளுள் திருப்பரங்குன்றம், திருச்செந்தூர், பழநி என்னும் மூன்றுக்கும் தமிழில் புராணங்கள் உண்டு. குன்றுதோறாடல் பல தலங்களின் தொகுதி. அத்தொகுதியில் அடங்கிய மலைத்தலங்களில் திருத்தணிகை, மயிலம், குன்றக்குடி முதலிய பல தலங்களுக்குத் தனித்தனியே புராணங்கள் இருக்கின்றன. மலையல்லாத வேறு தலங்களிற் சிலவற்றுக்கும் புராணங்கள் உண்டு. இவற்றையன்றிச் சிவ புராணங்களிலும் சிவஸ்தல புராணங்களிலும் இடையிடையே முருகன் அருள் விளையாட்டுச் சிறப்பை

விளக்கும் இடங்கள் பல. மதுரைப் புராணமாகிய திருவிளையாடற் புராணத்தில் முருகன் உக்கிர குமார பாண்டியனாகத் திருவவதாரஞ் செய்து நிகழ்த்திய திருவிளையாடல்கள் மிக விரிவாகச் சொல்லப் பெறுகின்றன. இப்படியே பிற புராணங்களில் வெவ் வேறு செய்திகள் வரும்.

தோத்திரவகையில் முருகனுக்கு அமைந்த புகழ் நூல்கள் பலப்பல. சங்ககாலத்து நூல்களிடையே வரும் துதிகள், திருமுருகாற்றுப்படை, உரையாசிரியர்கள் மேற்கோளாகக் காட்டும் பாடல்கள் என்பன பழமையுடையன. சைவத்திருமுறைகளில் ஒன்பதாந் திருமுறையாகிய திருவிசைப்பாவில் சேந்தனார் திருவிசைப்பா முருகனுடைய துதியாக அமைந்தது. பதினோராந்திருமுறையில் திருமுருகாற்றுப்படை சேர்ந்திருக்கிறது.

பிற்காலத்தில் கலம்பகம், கோவை, உலா, அந்தாதி, பிள்ளைத்தமிழ் முதலிய பிரபந்த வகைகள் பல முருகனுடைய புகழை விரித்து ஓதுகின்றன. அருணகிரிநாதப் பெருமான் திருவாய் மலர்ந்தருளிய திருப்புகழ் முதலிய அருமறை நூல்கள் எல்லாவற்றிற்கும் மேலாக மலையொளிர் பெருவிளக்கம் போலத் திகழ்கின்றன. கீர்த்தனங்கள், கண்ணிகள் முதலிய இசைப் பாடல்களிலும் நாடோடிப் பாடல்களிலும் முருகனைப் பற்றியவை பல.

இத்தனை நூல்களிலும் முருகனுடைய பிரபாவம் விரிகடல் போலப் பெருகி உள்ளது.

அவனுடைய அவதாரம், விளையாடல் முதலிய கதைகள் வருகின்றன. கந்தபுராணத்திற் காணாத பல சரித் திரங்களை வேறு நூல்கள் கூறுகின்றன. பழைய காலத்து நூல்கள் முருகனுடைய செய்திகள் பலவற்றைச் சொல்கின்றன. அவற்றைப் பிற்கால நூல்களிலே காண முடியவில்லை.

காலந்தோறும் அன்பர்கள் முருகனைப் பலபடியாகத் தியானித்து, பலபடியாகப் புகழ்பேசி, பலபல முறையில் வழிபட்டு, பலபல துதிகள் கூறிப் போற்றினார்கள்.

முருகனுடைய வழிபாடு பழமைக்குப் பழமையாய்ப் புதுமைக்குப் புதுமையாய் நிலவுகிறது.

கடுவன் இளவெயினனார் பாட்டு

கடைச்சங்க காலத்தில் தமிழ்ப் புலவர்கள் சமரச நோக்கோடு வாழ்ந்தனர். எல்லாத் தெய்வங் களிடத்தும் மதிப்புடையவர்களாக இருந்தனர். ஒரு தெய்வத்தினிடம் ஆழ்ந்த அன்பு உடையவர்களாய் அத் தெய்வத்தையே வழிபடு கடவுளாகக் கொண்டிருக்கலாம். அதனால் மற்றத் தெய்வங்களை வெறுக்கும் தன்மை அவர்களிடம் இல்லை.

இப்படி இருந்த புலவர்களுக்குள் கடுவன் இள வெயினனார் என்பவர் ஒருவர். இவர் வேட்டுவக் குலத்திலே பிறந்தவ ரென்று தோன்றுகிறது. இவர் கடைச்சங்கப் புலவர்களில் ஒருவர். இனிய பாக்களை இயற்றும் வன்மையுடையவர்.

பழைய காலத்தில் புலவர்கள் பாடி வந்த பாடல்கள் பலவிதமாக இருந்தன. இப்போது அதிகமாக விருத்த வகைகளில் புலவர்கள் பாடுகிறார்கள். சுப்பிரமணிய பாரதியாரைப் பின்பற்றும் புதிய புலவர்கள் இசைப்பாட்டுகளைப் பாடுகிறார்கள்.

பழங்காலத்தில் அகவற்பாவில் புலவர்கள் தம் திறமையைக் காட்டினர். வெண்பா, கலிப்பா என்ற வகையிலும் பல பாடல்களை இயற்றினர். அவற்றை இப்போதும் பாடுபவர்கள் இருக்கிறார்கள். ஆனால், ஒருவகையான பாட்டு மிகப் பழங்கால முதல் இருந்து வந்து, வரவரப் பாடுவார் இல்லாத நிலைக்கு வந்திருக்கிறது. பரிபாடல் என்று அதற்குப் பெயர். அது இயலும் இசையும் கலந்த பாட்டு. நடுவிலே முடுகு வரும். அதற்கு ராகம் உண்டு; தாளம் உண்டு. மிகப் பழங்காலத்தில் அந்தச் செய்யுளில் பலவற்றைப் புலவர்கள் பாடி வந்தார்கள் என்று தெரிகிறது. தொல்காப்பியத்தில்

அதற்கு இலக்கணம் இருக்கிறது. பிற்காலத்தில் உண்டான யாப்பிலக்கண நூல்களில் அதன் இலக்கணத்தை விட்டுவிட்டார்கள். வழக்கில் இல்லாத ஒன்றை எதற்குச் சொல்ல வேண்டுமென்று எண்ணியிருக்கலாம். யாப்பருங்கலம், யாப்பருங்கலக்காரிகை என்னும் இரண்டு நூல்களும் செய்யுளிலக்கணத்தைச் சொல்லும் புத்தகங்களிற் சிறந்தவை. அவற்றில் பரிபாடலின் இலக்கணம் இல்லை. ஆனால் நூறு நூற்றைம்பது வருஷங்களுக்கு முன் இருந்த புலவர் ஒருவர் மாத்திரம் 'பாப்பாவினம்" என்ற தம் நூலில் அதன் இலக் கணத்தைச் சொல்லியிருக்கிறார்.

பரிபாடலால் அமைந்த நூல்கள் முதல் இரண்டு சங்கங்களில் அதிகமாக வழங்கியிருக்க வேண்டும். வரவர அதில் குறைவாகவே பாடினார்கள் என்று தோன்றுகிறது. கடைச் சங்ககாலத்தில் பாடிய பரி பாடல்களைத் தொகுத்து, பரிபாடல் என்று பெயரிட்டுத் தமிழ்மக்கள் படித்து இன்புற்றார்கள். கடைச்சங்க நூல் வரிசையில் ஒன்றாகிய எட்டுத் தொகையில் இந் தப் பரிபாடலும் ஒன்று. எழுபது பாட்டுக்களை உடை யது இந்தத் தொகை நூல். அவற்றில் முருகவேளின் சிறப்பைச் சொல்லும் பாட்டுக்கள் முப்பத்தொன்று.

அந்த நூலில் உள்ள எழுபது பாடல்களில் இப்போது இருபத்திரண்டு பாடல்களே கிடைக்கின்றன. அவற்றைக் கண்டு பிடித்து ஆராய்ந்து மிக அருமையான குறிப்புக்களுடன் என்னுடைய ஆசிரியப்பிரானாகிய டாக்டர் உ. வே. சாமிநாதையரவர்கள் வெளிப்படுத்தியிருக்கிறார்கள். முருகக்கடவுளுக்குரிய பாடல்கள் எட்டு அந்தப் புத்தகத்திலே இருக்கின்றன. கடுவன் இளவெயினனார், ஆசிரியன் நல்லந்துவனார், குன்றம் பூதனார், கேசவனார், நல்லழிசியார், நப்பண்ணனார், நல்லச் சுதனார் என்ற புலவர்கள் அப்பாடல்களைப் பாடியிருக்கிறார்கள். குன்றம் பூதனார் பாடிய இரண்டு பாடல்கள் உள்ளன.

இப்போது உள்ள 'பரிபாடல்' என்ற நூலில் கடுவன் இளவெயினனார் இயற்றிய பாடல் ஐந்தாவதாக அமைந்திருக்கின்றது. அவர் திருமாலைப்பற்றியும் இரண்டு பரிபாடல் இயற்றியிருக்கிறார். முருகனைப்பற்றி அவர் பாடிய பாட்டில் அப்பெருமானது திருவவதாரமும் பிற திருவிளையாடல்களும் வரு கின்றன.

சூரனை முருகன் வென்ற திறத்தை அவர் பாடுகிறார். சரவணப் பூம் பொய்கையில் விளையாடியிருந்த பொழுதே இந்திரனோடு பொருது அவன் செருக்கை அடக்கிய செய்தியைச் சொல்கிறார். மலையடர்ந்த இடமாகிய குறிஞ்சி நிலத்தில் பூசாரி அவனை வழிபடும் வகையைத் தெரிவிக்கிறார். முருகன் திருவவ தாரக் கதையைப் பழைய சம்பிரதாயப்படி சொல்கிறார். முருகன் அவதரித்த போதே தேவர்கள் அவனுடைய பெருவலியை உணர்ந்து வணங்கி வாகனமும் கொடியும் படைக்கலமும் தந்தனர் என்று கூறுகிறார். முருகன் திருக்கரங்களில் உள்ள ஆயுதங்களைப் புலப்படுத்துகிறார். "உயிர்களைக் கொல்பவர்களும், சினமுடையோரும், அறநெறியில் நடவாத புல்லரும், பழியுடையோரும், ஒழுக்கம் தவறினவரும், மறுபிறப்பு இல்லை யென்று சாதிப் பாரும் உன் அருளைப் பெறமாட்டார்கள்" என்று சொல்கிறார்.

இறுதியில் அவர் முருகப்பிரானை வேண்டுகிறார். "உன்னுடைய அருளைப் பெறுவாரே பெரியரென்பதை உணர்ந்தோம். ஆதலால் நின்பால் நாங்கள் கேட்பது பொருள் அன்று; பொன் அன்று; போக மும் அன்று. நின்னுடைய அருள் வேண்டும். அந்த அருளைப் பெற்று ஆருயிர்களிடத்திலே அன்பு பூண வேண்டும். அந்த அன்புள்ளத்தால் அறநெறி வழா திருக்க வேண்டும். அருளும், அன்பும், அறமும் ஆகிய இந்த மூன்றும், கடப்பந் தாரை அணிந்த கடவுளே! நீ எங்களுக்கு வழங்கவேண்டும்" என்று பிரார்த்தனை செய்கிறார்.

அழகான பிரார்த்தனை. அவருடைய பாட்டும் அழகான பாட்டு. அதை இனி விரிவாகப் பார்க்கலாம்.

அவுணரை அழித்த வேல்

உலகத்தில் தோன்றிய உயிர்களுக் கெல்லாம் உடல், கருவிகள், உலகப் பொருள்கள், இன்ப நுகர்ச்சி ஆகியவற்றைத் தந்து பாதுகாக்கிறான் இறையவன். அநாதி காலமாக அவனுடைய அருளானை இயங்கி வருகிறது. உலகத்தை ஆக்கி அளித்து அழித்து மறைத்து அருளும் செயல்களை இடைவிடாது இயற்றிவரும் இறைவன் உயிர்களின் பக்குவத்துக்கு ஏற்பச் சிறப்பான முறையில் தோற்றுகிறான். உருவமும் பெயரும் கொள்கிறான். உயிர்களின் பக்குவம் உயர்ந்து தன்னை அடையு மட்டும் அவன் அருள் வேகம் காத்து நிற்பதில்லை. அவனும் ஆருயிரை ஆட்கொள்ள இறங்கி வருகிறான்.

இந்தக் கருணையின் விளைவாகப் பக்குவ ஆன்மாக்கள் அவ்வப்போது இறைவனை உருவத்தோடு கண்டு போற்றி வழிபடுகின்றன. சில அடியார் களுக்கு ஆண்டவன் அருள் செய்ய வந்த அவசரம் உலகமெல்லாம் போற்றும்படி நின்று நிலவுகிறது. இவ்வாறு உருவமும் நாமமும் இல்லாத ஆண்டவனுக்குப் பல பல உருவங்களும் நாமங்களும் அமைந்தன. அப்படி அமைந்தது ஆன்மாக்கள் வழிபட்டு உய்யும் பொருட்டே ஆகும்.

ஒருநாமம் ஓருருவம் ஒன்றும்இலார்க்கு ஆயிரம்
திருநாமம் பாடிநாம் தெள்ளேணம் கொட்டாமோ

என்று மணிவாசகர் பாடுகிறார்.

சிவபெருமானுடைய அவதாரங்கள் பல. எல்லாம் கடந்து நின்ற அவனே சத்தியாய்ச் சிவமாய் முருகவேளாய் உலகுயிர்களுக்கு அருள் செய்ய வேண்டி இலங்குகிறான். முருகனுடைய திருவவதாரமும் சிவபிரானுடைய

அருட்சிறப்பைக் காட்டுவதாகும். அருவமாய் இருந்த கடவுள், உருவங் கொண்டு வந்த நெறியில் அமைந்த சிறந்த அவதாரம் அது. அநாதியாய் ஒன்றாக இருந்த பிரமமே பலவாகவும் நின்றது. அந்தச் சோதிப் பிழம்பு உயிர்கள் தன் கருணைத் திறத்தை மிகுதியாகப் பெறவேண்டு மென்ற அருள் உள்ளத்தால் எடுத்த அவதாரம் அது. ஐந்து திருமுகமும் பத்துத் திருக் கரங்களும் உடைய திருக்கோலம் போதாதென்று ஆறு திருமுகமும் பன்னிரண்டு திருக்கரங்களும் கொண்டு தோன்றினான். கருணை வெள்ளம் பெருகும் கால்வாய்கள் ஐந்தாக இருந்தது போதா தென்று ஆறாகிப் பத்து மடையைப் பன்னிரண்டு மடை ஆக்கினாற்போல அமைந்தது இது.

அருவமும் உருவும் ஆகி
அநாதியாய்ப் பலவாய் ஒன்றாய்ப்
பிரமமாய் நின்ற சோதிப்
பிழம்பதோர் மேனி ஆகிக்
கருணைகூர் முகங்கள் ஆறும்
கரங்கள்பன் னிரண்டும் கொண்டே
ஒருதிரு முருகன் வந்தாங்கு
உதித்தனன் உலகம் உய்ய

என்று கந்தபுராணம் கூறுகிறது. முன்னமே இருந்த கருணை கூர்ந்ததாம். கூர்தல் என்பதற்கு உள்ளது சிறத்தல் என்பது பொருள். முன்பு இருந்த கருணை பின்னும் சிறந்து ஓங்கவே, முன்பு இருந்த முகம் ஐந்தும் ஆறாயின; பத்துக் கரங்கள் பன்னிரண்டாயின. இந்தக் குறிப்பை, "கருணை கூர் முகங்கள் ஆறும் கரங்கள் பன்னிரண்டும் கொண்டே" என்ற அடி புலப்படுத்துகிறது. கருணை பெருகிய திருக்கோலத்தோடு ஒரு திருமுருகன் ஆங்கு உதயம் செய்தது, உலகமெலாம் உய்வதற்குத்தான்.

ஆருயிர்களுக்கு வழங்கும் கருணையைப் பின்னும் பெருக வழங்க முருகனாக எழுந்தருள எண்ணினான் சிவபெருமான். அந்த அவதாரத்துக்கு உலகம் உய்வது காரணமாக இருந்தாலும், ஏதேனும் ஒரு தலைக்கீடு கொண்டு தோன்ற

எண்ணினான். சூரபதுமனுடைய மறச் செயலால் தேவர் இடுக்கண் அடைந்து முறையிட்டார்கள். அந்த முறையீட்டுக்கு இரங்கி அவர்களுடைய துன்பத்தை நீக்குவதை வியாஜமாக வைத்து, எல்லா உயிர்களுக்கும் அருள் பாலிக்க முருகன் திருவவதாரம் நிகழ்ந்தது.

வெந்தகுவர்க்கு ஆற்றாத விண்ணோர் முறைக்கிரங்கி
ஐந்து முகத்தோ டதோமுகமும் - தந்து

என்று கந்தர் கலிவெண்பாவில் குமரகுருபர முனிவர் பாடுகிறார்.

ஆகவே முருகன் திருவவதாரத்தின் முதல் காரியம் அசுர சங்காரம். இந்தச் சங்காரத்துக்குக் கருவியாக இருப்பது வேல்.

பரிபாடலில் கடுவன் இளவெயினனார் முருகனைப் பாட நினைக்கிறார். அவருக்கு அப்பெருமான் சூரசங்காரம் செய்த வீரத் திருவிளையாட்டு முதலிலே நினைவுக்கு வருகிறது. அவனுடைய திருக்கை வேலும் அவர் உள்ளத்தில் ஒளிவிடுகிறது. முருகனுடைய வாகனமாகிய பிணிமுகம் என்ற யானையையும் நினைக்கிறார்.

சூரன் முருகனோடு போர் செய்தபோது பலபல மாயம் செய்தான். இறுதியில் கடலுக்குள்ளே போய்ப் புகுந்தான். திடீரென்று அங்கே பெரிய மாமரமாக நின்றான். அந்த மாமரத்தின் மேல் வேலை ஏவிப் பிளக்கவே சூரன் மாய்ந்தான். மயிலும் சேவலுமாக உருவெடுத்தான். இது புராணக் கதை.

முருகன் பிணிமுகத்தின் மேல் இவர்ந்து சூர சங்காரத்துக்குப் புறப்பட்டு விட்டான். பெரிய கடற் பரப்புக்கு முன்னால் சென்றான். பரவிய பெரிய குளிர்ந்த கடலிலே பாறைகள் அங்கும் இங்கும் நிற்கின்றன. இன்னும் ஒரு கணத்தில் அவையெல்லாம் தூள்தூளாகப் போகின்றன. முருகன் பிணி முகத்தின் மேல் ஏறித் தேவாசுர யுத்தத்தில் அசுரர்களை உழக்கினான்; அலைத்தான்; கலக்கினான்.

இப்போது தன் திருக்கரத்திலுள்ள வேலைச் சூரனாகிய மாமரத்தின் மேலே ஏவுகிறான். அது வேகமாகத் தீக்கொழுந்துகளைக் கக்கிக் கொண்டு புறப்படுகிறது. சுழலுகிறது. முருகன் கையிலிருந்து புறப்பட்ட அந்த வேல் சூரனை நோக்கிச் செல்கிறது. எதற்கும் அஞ்சாத அவுணனாகிய அவனும் வேலின் கடுமையைக் கண்டு அஞ்சுகிறான். வேல் தன் மேலே படுவதற்கு முன்னாலேயே அந்த அச்சம் அவனைக் கொன்று விடும்போலும்! அச்சத்தால் அவன் நடுங்குகிறான். இதுகாறும் தான் காட்டிய பராக்கிரமம் இனிச் செல்லாதென்பதை அவன் உணர்ந்து கொண்டான். அதனால்தான் அந்த நடுக்கம் ஏற்படுகிறது.

மனத்திலே துயரமாகிய நோய்கொண்டு நுடங்கிய சூரனாகிய மாவின் அடி மரத்திலே பாய்ந்தது வேல்; உலகமே கிடுகிடுக்க அந்தப் பிரமாண்டமான மரம் பிளந்துவிட்டது.

சூரன் அழிந்தான்; அவனுக்கு முன்னாலே போயினர். மற்ற அசுரர்களெல்லாம் ஒழிந்து சூரனோடு அவனுடைய குலமே நாசமாகிவிட்டது. மாய அவுணருடைய குலம் அத்தனையும் வேரும் வேரடி மண்ணும் இல்லாமலே அழிந்துவிட்டது.

அவுணர் அழிவதற்குரியவர். அவர்களுடைய மாயத்தை என்னவென்று சொல்வது! அவர்களுக்குப் புண்ணிய ஜனம் என்ற பெயர் ஒன்று உண்டு. சென்ற இடங்களிலெல்லாம் இதுவரையில் அவர்களுக்கு வெற்றியே கிடைத்து வந்தது. பேராற்ற லும் வெற்றியும் எல்லோருக்கும் கிடைத்து விடுமா.? ஏதோ முற்பிறவியில் புண்ணியம் பண்ணினதாலே தான் கிடைத்திருக்க வேண்டும். 'பூர்வஜன்மத்தில் புண்ணியம் செய்தவர்கள் இப்போது சுகமாக இருக் கிறார்கள்' என்றும், "போனஜன்மத்தில் என்ன பாவம் செய்தானோ? இப்போது அநுபவிக்கிறான்" என்றும் நாம் சொல்வதில்லையா? புண்ணிய ஜனம், பாவஜனம் என்று பேசும் இரண்டு பிரிவுகளில் புண்ணிய ஜனம் என்ற பேர் அவுணர்கள் பெற்றார்கள். பேர்மாத்திரம் அது. அவர்கள் செய்த காரியமோ மகா கொடூரம். கொல்வதும் கொன்றதை உண்பதுமே

அவர்கள் தொழில். உயிர்களை யெல்லாம் கொன்று தின்பவர்களுக்கு உள்ளத்தில் ஈரம் என்ற பண்பு இருக்கவே இடம் இல்லை. கொடுமைதான் கோயில் கொண்டிருக்கும். கொன்று உண்ணுதலை அஞ்சாமல் செய்யும் கொடிய தொழிலையுடைய அவர்களைக் கொல்வதுதான் தருமம். அவர்கள் கொல்வதற் குரியவர்; கொல்லப்படும் தகுதி பெற்றவர். கோடி கோடி உயிர்களைக் கொன்று உண்பதே தொழிலாக உடையவரை அழித்தால் அவர்களால் இனிக் கொல்லப்பட இருக்கும் உயிர்கள் அத்தனையும் பிழைக்கும். ஆகவே மாய அவுணர்களாகிய அவர்கள் அழிந்தது நியாயமானது. அந்த நியாயமான காரியத்தைச் செய்த வேல் முருகன் கையில் இருக்கிறது.

***பாயிரும் பனிக்கடல் பார்துகள் படப்புக்குச்
சேயுயர் பிணிமுகம் ஊர்ந்து அமர்உழக்கித்
தீஅழல் துவைப்பத் திரியவிட்டு எறிந்து
நோயுடை நுடங்குசூர் மாமுதல் தடிந்து
வென்றியின் மக்களுள் ஒருமையொடு
பெயரிய கொன்றுணல் அஞ்சாக்
கொடுவினைக் கொஃறகை மாய
அவுணர் மருங்குஅறத் தபுத்தவேல்.***

[பரவிய பெருங்கடலுள் பாறைகளெல்லாம் பொடியாகும் படியாகப் புகுந்து, மிக உயர்ந்த பிணிமுகம் என்னும் யானையின் மேல் ஏறி வந்து யுத்தம் செய்து தீக்கொழுந்து ஒலிக்கும்படியாகச் சுழலும்படி விட்டு எறிந்து. அச்சத்தை உடைய நடுங்கிய சூரனாகிய மாமரத்தின் அடியைப் பிளந்து, வெற்றியையுடைய மக்களுள் புண்ணியஜனம் பாவஜனம் என்ற இரண்டினுள் ஒன்றாகிய புண் ணிய ஜனம் என்ற பெயரைப் பெற்றவரும், கொன்று உண்ணுத லுக்கு அஞ்சாதவரும், கொடுவினையை உடையவரும், கொல்லுவதற்கு ஏற்றவரும் ஆகிய மாயம் மிக்க அவுணரைக் குலமுழுதும் அற்றுப் போகும்படி அழித்த வேல்.- அந்த வேலையுடைய முருகக் கடவுள் என்று சொல்ல வருகிறார்.

உழக்கி - கலக்கி. அழல் - கொழுந்து. துவைப்ப-ஒலிக்க. நுடங்கு - நடுங்கும். முதல் - அடிமரம். தடிந்து - வெட்டி. ஒருமை யொடு - ஒன்றால். பெயரிய - பெயர்கொண்ட, கொன்றகை - கொல் தகை; கொல்லப்படும் தகுதிபெற்ற. மருங்கு அற - குலம் முழுவ தும் ஒழிய.தபுத்த-கொன்ற.]

வேலின் புகைழப் பாடவந்த புலவர் சூரனை அது அழித்த சிறப்பை முதலில் பாடினார். சூரனைச் சார்ந்த அவுணரை நாசம் செய்த சிறப்பையும் சொன்னார்.

'அவுணரை மருங்கற மாய்க்குந் தொழில் நியாயமானதா?' என்ற கேள்விக்கு விடை சொல்பவரைப் போல், அவர்கள் கொல்வதற்கு ஏற்றவர்கள் என்று குறிப்பிடுகிறார். ஏன்? வாழ்வு முழுவதும் பிற உயிரைக் கொன்று தின்னும் தொழிலையே உடைய கொடியவர் அவர்கள். அவர்கள் தாம் வாழப் பிறரை மாய்த்தார்கள். அவர்கள் வாழ வாழப் பிற உயிர்கள் மாய்ந்து கொண்டே இருக்கும். பிற உயிர்கள் வாழ வேண்டுமானால் அவுணர்கள் மாயவேண்டும். இரு வகையினரும் வாழ்வதென்பது இயலாத காரியம். பனியும்வெயிலும், இருளும் ஒளியும் ஒன்றாக இருப்பது இயலுமா? ஆருயிர்களைக் காக்க எடுத்த அவதார மாகையால் முதலில் அவுணரை மாய்த்தான் முருகன். மருத்துவன் நோயாளியின் நோயை முதலில் நீக்கு கிறான்; பிறகுநோயால் மெலிந்தஉடம்பு வளம்படநன் மருந்து தருகிறான். அப்படியே முருகன் ஆருயிரைக் கொன்று தின்னும் அவுணராகிய நோயை மாய்த்துப் பின் அருள் மருந்தை உதவலானான்.

உயிர்களைக் கொன்று தின்னும் இயல்பு அசுர சுபாவம். மக்களுள் அவ்வியல்பு இருத்தல் அடாது. அரக்கரும் அவுணருமே அந்தத் தொழிலை உடையவர்.

தாடகையைச் சங்கரிக்க வேண்டும் என்று ராம பிரானுக்கு அறிவுறுத்தினார் விசுவாமித்திரர். முனிவருடைய ஆசிரமத்தை நோக்கிப் போகும் போது இடையிலே புல்லும் மரமும் இன்றி வெறும் பாலைவனமாக இருந்த

நிலப்பரப்பைக் கண்ட காகுத்தன், "இந்த நிலம் இப்படி ஆனதற்குக் காரணம் யாது?' என்று கேட்கிறான். "தாடகை என்னும் அரக்கியால் இப்படி ஆயிற்று" என்று சொல்லவரும் முனிவர் அவ்வரக்கியின் இயல்பைச் சொல்கிறார்.

...... இன்னுயிர்
கொன்றுழல் வாழ்க்கையள்

என்று சொல்கிறார். தாடகை எதிர்ப்பட்ட போது அவளைக் கொல்ல வேண்டுமென்று கூறுகிறார். அவள் பெண்ணாயிற்றே என்று ராமன் சிறிது எண்ணி நிற்கையில் முனிவர், "இவளைப் பெண் என்று நினைக்கலாமா? பேதைமையுடைய பெண் என்று நினைத்தால் அறிவாகாது. உலகில் நிலை பெற்ற உயிர்களை யெல்லாம் வாரி வாரித் தன் வாயிலே போட்டுக் கொள்கிறவள் இவள். இதைக் காட்டிலும் கொடிய பாவம் வேறு என்ன இருக் கிறது? அந்தப் பாவத்தைச் செய்பவர்களை ஒரு கணம் உலகத்தில் இருக்கும்படி செய்யலாமா? பெண்ணென்று நினைக்கலாமா?" என்று வற்புறுத்துகிறார்.

மன்னும் பல்உயிர் வாரித்தன் வாய்ப்பெய்து
தின்னும் புன்மையில் தீமையது ஏதைய?
பின்னும் தாழ்குழற் பேதைமைப் பெண்
இவள் என்னும் தன்மை எளிமையின் பாலதே!

என்பது கம்பர் பாட்டு. ராமன் இது கேட்டபின் தாடகையைச் சங்கரித்தான்.

இதே நியாயத்தால் வேலானது அவுணர் குல மற அழித்தது. இதைப் புலவர், "கொன்று உணல் அஞ்சாக் கொடுவினைக் கொல்தகை, மாய அவுணர் மருங்கு அறத் தபுத்த வேல்" என்ற அடிகளால் தெளிவாக்குகிறார். முற்பகல் செய்யின் பிற்பகல் விளையும். அவர்கள் மற்ற உயிர்களைக் கொன்றார்கள். அதனால் கொலையுண்டார்கள்.

மால்வரை உடைத்தவன்

வேலின் பெருமையை நினைத்த புலவர் அதன் வெற்றியைப் பின்னும் சொல்கிறார். வேல் சூர சங்காரம் செய்தது மாத்திரந்தானா? திடீரென்று சூர சங்காரம் நடந்துவிடவில்லை. தேவாசுர யுத்தம் என்று பெயர்பெற்ற மகாயுத்தத்தின் இறுதியிலே சூரனை முருகவேள் சங்காரம் செய்தருளினான். காவியங்களால் பாராட்டப் பெறுவன முப்பெரும் போர்கள். பாரத யுத்தம், ராம ராவண யுத்தம், தேவாசுர யுத்தம் என்ற அந்த மூன்றையும் முறையே பாரதமும், ராமாயணமும், கந்தபுராணமும் விரித்துரைக்கின்றன. பாரதப்போர் பதினெட்டு நாட்கள் நடை பெற்றது; ராமாயண யுத்தம் பதினெட்டு மாதங்கள் நடந்தது; சூர சங்காரப்போர் பதினெட்டு ஆண்டுகள் நிகழ்ந்ததென்பர்.

நெடும்போராகிய தேவாசுர யுத்தத்தில் எத்தனையோ அரிய வீரச்செயல்களை முருகன் செய்தான். அவனுடைய செங்கதிர் வேல் பல விம்மிதச் செயல்களை நிகழ்த்தியது. அவற்றுள் இறுதியானது சூர்மாமுதல் தடிந்தது. ஆனால் அதற்கு முன் பல பல வீரச்செயல்கள் விளைந்திருக்கின்றன. சூர சங்காரம் செய்த வேல் என்று ஆரம்பித்த புலவருக்கு அதற்கு முன் நிகழ்ந்த செய்திகள் நினைவுக்கு வருகின்றன. கதையாய்ச் சொல்வதாக இருந்தால் முதலிலிருந்து வரிசையாகச் சொல்லவேண்டும். இது துதிதானே? ஆதலால் ஒன்றைச் சொன்ன வுடன் அதற்கு முன்னாலே நிகழ்ந்தது நினைவுக்கு வருகிறது. அதனால் அதையும் சொல்லித் துதிக்கத் தோன்றுகிறது.

மனிதன் சில நிகழ்ச்சிகளை நினைக்கும்போது ஒன்றனோடு ஒன்று தொடர்ச்சியாக நினைவுக்கு வரும். இன எண்ணங்கள் *(association of ideas)* ஏன்று ஆங்கிலத்தில் சொல்வார்கள். இந்த

நினைவுத் தொடர் ஒன்றன்பின் ஒன்றாகக் கால அடைவுப் படியே ஏற்படலாம்; அல்லது பின்நோக்கித் தலை கீழாகத் தொடரலாம்; ஒரு வரிசையில்லாமலும் நினைவு அமையலாம். இங்கே புலவருடைய நினைவு பின்னோக்கிச் செல்கிறது. கந்தபுராணக் கதையின் கடைசி அத்தியாயத்தை முதலில் நினைத்தார். அதற்கு முந்திய கதைப்பகுதிகள் அப்பால் நினைவுக்கு வருகின்றன. அவுணர் மருங்கறத் தபுத்த வேல் செய்த பெருஞ் செயல் ஒன்று அவர் உள்ளத்தில் தோன்றுகிறது. அது கிரௌஞ்ச சங்காரம்.

கிரௌஞ்சம் என்பது அன்றிற் பறவையின் வடமொழிப் பெயர். கிரௌஞ்சாசுரன் என்ற அவுணன் ஒரு மலையாக நின்றானென்றும் அம்மலையில் தோன்றிய குகையூடே தேவர்கள் புகுந்தனரென் றும் அவர்களைப் பாதுகாக்க முருகன் மலைமேல் வேல் விட்டுப் பொடியாக்கினா னென்றும் தமிழ்க் கந்த புராணம் கூறும்.

பழங்கதை ஒன்று உண்டு. சூரன் கிரௌஞ்ச மலைக்குள்ளே புகுந்துகொண்டான். அந்த மலை பறக்கும் இயல்பு வாய்ந்தது. தனக்குக் கவசம் போல அமைந்த கிரௌஞ்ச மலையோடு சூரன் எங்கும் உலாவினான். வேற்படையை முருகன் ஏவிய போது அம்மலையையும் அதனுள்ளே இருந்த சூரன் மார்பையும் ஒருங்கே அவ்வாயுதம் துளைத்து விட்டது. தக்கயாகப் பரணியில் ஒட்டக்கூத்தர் இதனைச் சொல்கிறார்.

ஒருதோகை மிசையேறி உழல்சூரும்
மலைமார்பும் உடனூடறப்
பொருதோகை சுரராச புரமேற
விடுகாளை புகழ்பாடுவாம்

என்பது அவர் பாட்டு. 'ஒரு மயிலின்மேல் ஏறியருளித் தனக்குப் பகைவனான சூரபன்மாவுக்கு மறைவாய் ஓடிவரலான மலையினுடைய மார்பும் சூரபன் மாத்தானும் ஒக்க ஒரே காலத்திலே ஊடுருவும்படி வேலேறுபடப்

பொருதருளிச் சமுத்திர ஆரவாரத்தைச் சுவர்க்கத்து ஏறப் போகவிட்ட இளையோனுடைய புகழைப் பாடுவாம்'

என்று பழைய உரையாசிரியர் இதற்குப் பொருள் எழுதியிருக்கிறார். அருணகிரிப் பெருமானுக்கும் இந்தப் பழங் கதை தெரியும்.

கிளைபட் டெழுசூர் உரமுங் கிரியும்
தொளைபட் டுருவத் தொடுவே லவனே

என்ற அநுபூதித் திருப்பாட்டில் இச்செய்தியைச் சொல்லியிருக்கிறார்.

சூரனைத் தொளைத்த பெருமைக்குச் சமானமானது கிரௌஞ்ச மலையைப் பிளந்த பெருமை.

.....கார்வந்து
உறங்குசிகைப் பொருப்பும்சூர் உரப்பொருப்பும்
பிளப்ப.........வேல் எடுத்த

என்று திருவிளையாடற் புராணம் கூறுகின்றது. 'குன்றங் கொன்ற குன்றாக் கொற்றம்' என்று இந்த வெற்றியைத் திருமுருகாற்றுப்படை பாராட்டு கிறது.

புலவர் அந்தக் கொற்றத்தை நினைக்கிறார். கிரௌஞ்சமென்னும் பெரிய மலையை உடைத்த பெருமையைச் சொல்கிறார். அந்தக் கிரௌஞ்சமலை நாவலந் தீவின் வடபால் இருந்ததாம். இப்போது இந்தியா என்று வழங்கும் இந்த நாட்டிற்குப் பழங் காலத்தில் ஜம்பூத்வீபம் என்று வடமொழியிலும், நாவலந்தீவு என்று தமிழிலும் பெயர்கள் வழங்கின. வடபால் இருந்த மேருவில் ஒரு நாவல் மரம் இருந்த தென்றும் அதனை எல்லையாகக் கொண்டதனால் நாவலந்தீவு என்ற பெயர் வந்ததென்றும் காரணம் கூறுவர். தீவு முழுதும் சோலை அடர்ந்திருந்தது. ஆகையால் இதனை நாவலந் தண்பொழில் என்றும் சொல்வதுண்டு. தீவுகளுக்கே 'பொழில்' பெயர் உண்டு. இந்த நாவலந் தண்பொழிலிலே

வட பாகத்தில் கிரௌஞ்ச மென்னும் மாமலை இருந்தது. அன்றிற் பறவையின் பெயரைப் பெற்ற மலை அது அதைத் தமிழ்ப்புலவர்கள் குருகு பெயர்க்குன்றம், குருகொடு பெயர்பெற்ற மால்வரை என்று சொல் வார்கள். பறவையின் பெயரைப் பெற்ற மலை என் பது அத் தொடரின் பொருள். குருகு என்பதே அன்றிலுக்குரிய பெயரென்றும் சொல்லலாம்.

அந்த மால்வரையை உடைத்துத் துளைத்து ஊட றுத்து நடுவிலே பெரும்படைகூடச் செல்லும்படியாக வழிபண்ணி விட்டான் முருகன். அவுணர் குலத்தை அறும்படியாக அழித்த வேலாலே இந்த அற்புதத்தை நிகழ்த்தினான். மலையினூடே வழியை உண்டாக்கினான்; செல்வோர் செல்லும்படியாக வழி திறந்தான்.

அப்படிச் செய்த பெருமான் ஆறு திருமுடியை உடையவன். சின்னஞ் சிறு பாலகனாதலின் தாய் தந்தையர் உச்சி மோக்கும் மெல்லிய தலைகளை உடையவன்.

இவற்றையெல்லாம் நினைவுக்குக் கொண்டு வந்து முருகவேளையே நேரே துதிக்கப் புகுகின்றார் புலவர். "முருகா, ஆறு மென்மையான தலைகளைக்கொண்டவனே, வேலாலே நாவலந் தண்பொழிலின் வடபால் இருந்த குருகொடு பெயர் பெற்ற மால்வரையை உடைத்து வழி திறந்தவனே" என்று புகழ்பாடு கிறார்.

நாவலந் தண்பொழில் வடபொழில் ஆயிடைக்
குருகொடு பெயர்பெற்ற மால்வரை உடைத்து
மலையாற்றுப் படுத்த மூவிரு கயந்தலை!

[நாவலந்தண் பொழிலாகிய ஜம்பூத்வீபத்தில் வடக்குப் பிர தேசமாகிய அவ்விடத்தில் இருந்த அன்றிலென்னும் பறவை யினாலே பெயரைப் பெற்ற கிரௌஞ்ச மென்னும் பெரிய மலையை (வேலாலே) உடைத்து, மலையினூடே வழியை உண்டாக்கிய, ஆறு மென்மையான தலையை உடையவனே!

பொழில் - பூமி. ஆயிடை - அவ்விடத்தில். குருகு - பறவை; கய -மென்மை; அன்றில். ஆற்றுப்படுத்த- வழியுண்டாக்கிய. கயந்தலை - மெல்லிய தலையை உடையவனே.)

மெல்லிய தலையை உடையவனே என்று சொன்னது, மிகவும் இளையவனாக இருக்கும்போதே இத்தகைய வீர விளையாட்டை நிகழ்த்திய பெருமான் என்ற வியப்பைப் புலப்படுத்தியபடி இந்தப் பாட் டுக்கு உரையெழுதிய பரிமேலழகர், 'குழவிப் பருவத்து இவ்வீரமெல்லாம் செய்தாயென்னும் கருத் தால் கயந்தலை என்றார்' என்று நயம் எழுதியிருக்கிறார்.

பூசாரி பாட்டு

தமிழ்நாட்டில் மிகச் சிறப்பாக வழிபடப் பெறும் கடவுள் முருகன் என்று சொல்வது புலவர் வழக்கம். மற்றக் கடவுளரை வழிபடும் முறைகள் இருக்கவும் முருக வழிபாட்டு தமிழருக்கே சிறப்பாக உரியதென்பதற்குப் பல காரணங்கள் சொல்லலாம். தமிழ் மொழியினுடைய வளர்ச்சியில் முருகனுடைய தொடர்பு மிகுதியாக இருக்கிறது. தமிழ்நாட்டிலே திருவவதாரம் செய்த வள்ளியெம் பெருமாட்டியை முருகன் மணந்துகொண்டான். சூர சங்காரம் செய்து வெற்றி கொண்டாடிய இடம் தமிழ் நாட்டில் உள்ள திருச்சீரலைவாயாகிய திருச் செந்தூர். தேவயானையின் திருமணம் திருப்பரங் குன்றத்திலே நிகழ்ந்தது. முருகனைப் புகழ்வதற்குரிய தோத்திர நூல்கள் தமிழில்தான் மிகுதியாக உள்ளன. அன்றும் இன்றும் முருகன் ஆவேச ரூபமாக வந்து வேண்டுவார் வேண்டுவன அருள் செய்யும் பிரத்தியட்ச தெய்வமாகத் தமிழ் நாட்டில் விளையாடுகிறான்.

இந்த நாட்டில் முருக வழிபாடு சிறந்து நிற்பதை எவ்வாறு அறிவது? தமிழ் நாட்டினருடைய உணவு நெல்லஞ் சோறு என்று சொல்கிறோம்; கம்பு, கேழ் வரகு, சோளம், வரகு முதலிய பிற உணவுகளை உண்பார் இருந்தாலும் ஏழை முதல் செல்வர் வரையில் யாவரும் அரிசிச் சோற்றை உண்கிறார்கள். ஏழையர் முதல் செல்வர் வரையில் விரவியிருக்கும் தன்மை அதன் தலைமையை வெளிப் படுத்துகிறது.

அப்படியே முருக வழிபாடு தமிழ் நாட்டில் தலைமை பெற்றதென்பதற்கு அடையாளம், உயர்ந்த அறிவு படைத்த ஞானியரும், இந்த உலக வாழ்வில் ஈடுபட்டு வாழ்பவர்களாகிய மலைவாழ் சாதியினரும், இடைப்பட்ட

பிறரும் தங்கள் தங்கள் இயல்புக்கு ஏற்றபடி முருகனைக் கொண்டாடுகிறார்கள் என்பது. வேதம் வல்ல வித்தகரும், விரதம் வல்ல முனிவரும், அறிவு மிக்க சான்றோரும், புலமை மிக்க புலவாணரும், நாகரிகம் மிக்க நகரவாசிகளும் முருகனை வழிபடுவர். அவ்வாறே குறவரும், கொல்லுந் தொழிலையுடைய வேட்டுவரும், பிறரும் முருகனை வழிபடுவர். இப்படி, 'தோட்டி முதல் தொண்டைமான் வரையில்', வேட்டுவர் முதல் வேந்தன் வரையில் அப் பெருமானைக் கொண்டாடும் நெறி தமிழ்நாட்டில் அமைந்ததனால் இந்த நாட்டுக்குச் சிறந்த கடவுள் முருகன் என்று அறிஞர் கூறினர்.

பலரும் பரவும் தெய்வம் முருகனாக இருப்பினும் அவனை வழிபடும் முறை அந்த அந்தக் குழுவிற்கு ஏற்றபடி வெவ்வேறு வகையாக அமையும். குறவர் கூடி ஆடறுத்து வெறியாடி முருகனை வழிபடுவர். காட்டில் உள்ளார் கடம்பிலும் ஆலமரத்திலும் முருகனை வழிபடுவர். ஆற்றங்கரையில் வாழ்வார் நீர்த் துறையில் முருகனை வழிபடுவர். இவ்வாறே சதுக்கத் திலும் சந்தியிலும் ஆற்றிடைக் குறையிலும் பூம்பொழிலிலும் முருகனுக்கு வழிபாடு எடுப்பது தமிழர் மரபு.

இவற்றையன்றி அங்கங்கே உள்ள திருக் கோயில்களில் பூசையாதியன நிகழ்த்தியும் முருகனை வழிப்பட்டனர். உருவம் கடந்த நிலையில் அவனை வழிபட்டனர் மெய்ஞ்ஞானியர். பல பல உருவம் வைத்து வழிபட்டனர் வேறு பலர். உருவமும் அருவமும் இல்லாத நிலையில் கந்திலும் கடம்பிலும் முருகனைப் பூசித்தனர் வேறு சிலர்.

நாடு முழுவதும் முருகனை வழிபட்டார்களாயினும், மலையும் மலையைச் சார்ந்த இடமுமாகிய குறிஞ்சிக்குத் தனி உரிமை பூண்டவன் முருகன். அந்த நிலத்தில் பெரும்பாலும் முருக வழிபாடே நிலவும். விலங்குகளைக் கொன்று தின்றும் தினை விளைத்து உண்டும் வாழும் குறவருக்கு முருகன் வழிபடு கடவுள். அக்குறவர்களுக்குத் தெய்வ உணர்ச்சியை

உண்டாக்கி அவர்களுக்குப் பிரதிநிதியாக முருகனை வழிபடும் பூசாரிக்கு வேலன் என்று பெயர். அவன் தன் கையில் வேலை வைத்துக்கொண்டு ஆடுவான். அதனால் அப் பெயர் உண்டாயிற்று. முருகனுடைய விக்கிரகத்தைப் பாதுகாத்துப் பூசித்து வருபவன் ஆகையால் அவனைப் படிமத்தான் என்று கூறுவதுண்டு. படிமம் என்பது விக்கிரகத்துக்கு ஒரு பெயர்.

வேலன் குறவருக்குக் குரு; முருகன் கோயிற் பூசாரி. அவனும் உண்மையான முருகனுடைய உயர்வை அறிந்தவன் அல்ல. தினையரிசியை வைத்து ஆட்டைப் பலியிட்டுப் பூவும் புகையும் கொண்டு முருக வேளைப் பூசை செய்வான். தனக்குத் தெரிந்த வகையில் அப்பெருமானைத் துதிப்பான். அங்கேயும் முருகன் அவர்களுடைய அன்பொன்றையே கருதி வெளிப்படுவான். அவர்களுக்கு வேண்டிய நன்மைகளை அருள் செய்வான். அருவமும் உருவும் ஆகி அநாதியாய்ப் பலவாய் ஒன்றாய்ப் பிரமமாய் நின்ற முருகன், வேலன் வெறியாட்டிலே செய்யும் உபசாரங்களை உவந்து, அவன் செய்யும் தோத்திரங் களையும் ஏற்றுக்கொண்டு அங்கே வெளிப்படும் செயல் வியக்கத்தக்கது. உலகமெல்லாம் ஆக்கி அளித்து அழிக்கும் கடவுள் அந்த நாகரிகமற்ற மக்கள் கூட்டத்திற்கும் இனியனாக எழுந்தருள்கிறானே! வேலன் ஏத்தும் வெறிப்பாட்டு உண்மையாக முருகவேளின் புகழைச் சொல்வதா? அல்லவே!

கடுவன் இள எயினனார் இந்தச் செய்திகளை நினைத்துப் பார்க்கிறார். "என்ன ஆச்சரியம்! இந்தப் பைத்தியக்கார வேலன் முருகனை உணர்ந்து விட்டவன் போல என்ன என்னவோ சொல்லிப் புகழ்கிறான். உருவம் இல்லாத பெருமானுக்கு உருவமும், உறவில்லாத கடவுளுக்கு உறவின் முறையும் கூறுகிறான். பழங்கதைகளில் உள்ளவற்றையே அவன் சொன்னாலும் அறிவு நூல்கள் சொல்லும் உயர்ந்த உண்மை ஒன்றுகூட அவனுக்குத் தெரிவதில்லை. அவன் கூறுவனவற்றை உண்மையென்று சொல்வதா? பொய்யென்று சொல்வதா ?" என்று அவர் சிந்தனை ஓடுகிறது.

வேலன் எவ்வாறு ஏத்துகிறான்? அவனுக்கும் முருகன் திருவவதார வரலாறு முதலிய கதைகள் தெரியும். புராணப் பகுதியை மாத்திரம் அறிந்தவன் அவன். அதற்கு அப்பால் உள்ள தத்துவப் பகுதியை அறியாதவன். அவன் செய்யும் துதிகளில் முருகவேள் உருவ வருணனையும் அவதாரப் பெருமையும் வருகின்றன.

ஆறு மெல்லிய திருத் தலைகளை உடையவன் முருகன் ; பன்னிரண்டு திரண்ட தோள்களையுடையவன்; அத் தோள்கள் முழவைப் போல் திரண்டு உருண்டு அழகாக இருக்கின்றன. அவனுடைய திருமேனிச் சோதி கண்ணைப் பறிக்கிறது. இளங் கதிரவனுடைய சோதி போல வீசுகிறது. உதயமாகி எழுந்த சூரியனுடைய சோதி காட்சிக்கு இனியதாக இருக்கும். முருகன் திருமேனிச் சுடர் கண் பொறுக்கும் அளவுக்கு விளங்குகிறது.

முருகன் திருவவ்தாரம் செய்த இடம் நாணல் அடர்ந்த சரவணப் பூம்பொய்கை. அங்கே தாமரைப் பூவினிடையே அவன் எழுந்தருளினான். நளின மலரின் கண்ணே உருப்பெற்றுத் தோன்றியபோது அவனுடைய பேரழகுக்கும் இளமைக்கும் மென்மைக்கும் ஏற்ற ஆதனமாக அந்தத் தாமரை அமைந்தது. மணங் கமழ் தெய்வத்து இளநலம் உடையவன் முருகன். மணமும் தெய்வத்தன்மையும் இளமையும் அழகும் ஆகிய இப்பண்புகளை முருகு என்ற சொல் குறிக்கும். முருகன் இவ்வளவையும் உடையவன் மலர்களுக்குள் தெய்வத் தன்மை உடையதாகப் புகழ் பெற்றது தாமரைப் பூ. மணமும் அழகும் மென்மையும் உடையது அது. ஆகவே அதுவும் முருகுடைய மலராயிற்று. அதன்கண் முருகுத் தெய்வம் தோன்றியது. இந்த இயல்புகளை பிறர் சொல்லக் கேட்டிருக்கிறான். பரம்பரையாக முருகனைப் பற்றிப் பெரியோர் சொல்லி வந்த சிறப்புக்களை அவன் உணர்ந்தவன்.

ஆகவே அவன் செய்யும் துதியில் அவன் அறிந்த இந்தப் பண்புகளை வைத்துப் பாடுகிறான்.

மூவிரு கய யந்தலை முந்நான்கு முழவுத்தோள்
ஞாயிற்றேர் நிறத்தகை நளினத்துப் பிறவியை !

[ஆறு மெல்லிய தலைகளையும் பன்னிரண்டு முழவு போன்ற தோள்களையும் கதிரவனது எழுச்சி பெற்ற நிறத்தின் அழகையும் தாமரையினிடம் தோன்றிய தோற்றத்தையும் உடையாய்! ஏர்- எழுச்சி. தகை - அழகு.]

பிற தெய்வங்களிடம் காணாத தோற்றத்தைச் சொல்கிறான் வேலன். ஆறு முடியும் பன்னிரு தோள்களும் முருகனுக்கே உரியன. ஞாயிறு போன்ற அவன் எழிலைப் புலவர்கள் பலர் பாராட்டி யுள்ளார்கள். நக்கீரர் தாம் இயற்றிய திருமுருகாற்றுப்படையில் எடுத்த எடுப்பில், "உதய சூரியனது பேரொளியை ஒத்த ஒளியை உடையவன்" என்று போற்றுகின்றார்.

உலகம் உவப்ப வலன்ஏர்பு திரிதரு
பலர்புகழ் ஞாயிறு கடற்கண் டாஅங்கு
ஓவற இமைக்கும் சேண்விளங்கு அவிர்ஒளி

என்பது அவர் பாட்டு.

முருகனுடைய திருவுருவ வருணனையோடு வேலன் நிற்பதில்லை. அக்கடவுளுடைய பிற வர லாறுகளும் அவனுக்குத் தெரியும். உலகத்தை யெல்லாம் சங்காரம் செய்யும் பரமனுக்குத் திருமகன் முருகன் என்பது அவன் அறிந்த செய்தி. முருகனுடைய திருமேனி செஞ்சோதி வீசுவதாதலின் அவனுக்குச் செவ்வேள் என்ற திருநாமம் இருப்பதையும் வேலன் அறிவான். மக்கள் விரும்பும் அழகும் சிறப்பும் இயல்புகளும் முருகன்பால் உள்ளன. எல்லா நலன்களும் சான்றவன் அவன். யாவருக்கும் மிக்கவன்; தலைவன்.

காஅய் கடவுள் சேஎய், செவ்வேள்,
சால்வ, தலைவ!

[உலகத்தை அழிக்கும் சிவபெருமானுடைய திருக்குமாரனே, செவ்வேளே, எல்லா நலன்களும் அமைந்தவனே, தலைவனே!]

சிவகுமாரனும் செவ்வண்ணப்பிரானும் குண மலையும் பிரபுவுமாகிய முருகனை வேலன் போற்றுகிற விதம் இப்படி. அவன் முருகனைப் பூசைசெய்து நடத்தும் விழாவாகிய வெறியாட்டு மகாகோரமானது. தினையரிசியை ரத்தத்தில் கலந்து வைத்திருக்கிறான். எங்கே பார்த்தாலும் சிவப்பு மலர்கள். எல்லாம் ரத்தத்தை நினைவூட்டும். போதாக் குறைக்கு ஆட்டை அறுத்துப் பலியிடுகிறான். சுத்த சத்துவ மூர்த்தியாக முருகனைத் தியானிப்பவர்களுக்கு இந்தச் சூழலை நினைத்தாலே குலை நடுங்கும். பழக்க மில்லாதவர்கள் இந்தப் பூசாரி பண்ணுகிற அட்டகாசங்களைக் காண நேர்ந்தாலும் அப்படியே நடுங்குவார்கள். குழந்தைகளும் மகளிரும் நடுங்குவதைக் கேட்க வேண்டுமா? அவன் இடி இடித்தாற்போலக் கத்துவதும், உடுக்கையை அடித்து ஆடுவதும், இந்த ரத்தச் சூழலும் ஆகிய எல்லாம் அந்த இடத்தை ஒரே பயம் நிரம்பிய இடமாக்கி விடுகின்றன.

அங்கே நடக்கும் வெறியாட்டு விழா எப்படி மனோகரமாக இருக்கும் ? பயங்கரமாக, அச்சந் தருவதாகத் தான் இருக்க முடியும். அந்த விழாவை, 'பேஎ விழவு' என்று புலவர் சொல்கிறார். பேஎ என்பது அச்சத்தைக் குறிக்கும் சொல்.

இந்தப் பயங்கரமான விழாவில் வேலன் முருகனை வழிபட்டுத் துதி பாடுகிறான்.

வெறிப் பாட்டுப் பாடுகிறான். ஆவேசத்தை உண்டாக்கும் பாடல் அது. அந்தப் பூசாரியின் பாட்டில் உள்ள செய்திகள் உண்மையா? பொய்யா?

இதைப்பற்றி அடுத்தபடி ஆராய்கிறார் புலவர்.

உண்மையா, பொய்யா?

வேலனாகிய பூசாரி பாடும் பாட்டில், அவன் பரம்பரை பரம்பரையாகக் கேட்டறிந்த செய்திகளை அன்பினாலும் ஆவேசத்தாலும் முழக்கி வெளியிடுகிறான். ஆறு திருமாமுடிக்காரப் பெருமானே, ஆறிரண்டு திருக்கரக்காரப் பெருமானே, செங்கதிரவனைப் போன்ற திருமேனிப் பெருமானே, தாமரையில் தோன்றிய பெருமானே, சங்காரமூர்த்தியின் சிங்காரக் குழந்தைப் பெருமானே, செவ்வண்ணப் பெருமானே, செவ்வேளே" என்று அந்த வேலன் புங்கானுபுங்கமாகப் புகழ்கிறான்; அழைக்கிறான்; ஆவேசம் கொண்டு கர்ஜிக்கிறான். இந்தப் பயங்கரமான விழாவில் வேலன் ஏத்தும் வெறிப்பாட்டு ஒன்றா, இரண்டா? எத்துணையோ உண்டு.

எனப் பேஎ விழவினுள்
வேலன் ஏத்தும் வெறியும் உளவே !

[என்று, அச்சத்தை உண்டாக்கும் வெறியாட்டு விழாவில் பூசாரி புகழ்ந்துப்பாடும் வெறிப் பாட்டுக்களும் உள்ளன. பேஎ - அச்சம். வெறி - வெறியாட்டில் பாடும் பாட்டு.)

இப்படிப் பாடும் பாட்டின் பொருளில் மனசைச் செலுத்திப் பார்க்கலாம். அநாதியாக இருக்கும் பிரமமாகிய முருகவேள் நளினத்திலே பிறந்தான் என்று சொல்வது உண்மையாகுமா? உருவங் கடந்த ஒரு தனிப்பொருளை ஆறுமுகம், ஆறிரண்டு கை உடையவன் என்பது நியாயமா? சிவபெருமானுக்குப் பிள்ளை என்று சொல்கிறானே, வேலன். அது பொருந்துமா? சிவபிரான் யார்? முருகன் யார்? ஒரே கடவுளுக்கு வேறு

வேறாகச் சொல்லும் பெயர் களே அல்லவா ? இவர்களுள் யார் தந்தை? யார் புதல்வன்?

இப்படி யோசித்துக்கொண்டே போனால் அந்தப் பயங்கர வெறியாடலை நடத்தும் பூசாரியின் வார்த்தைகள் அத்தனையும் பொய்யென்றே படுகின்றது; அவை உண்மையல்ல என்றே தோன்று கிறது.

உண்மை அல்லவானால், மற்றவர்கள் கூட அப் படி ஏத்துகிறார்களே! வேதம் உணர்ந்தோரும் சாத்திரப்பொருள் தெரிந்தோரும் முருகனை ஆறுமுகன் என்றும் சிவகுமாரனென்றும் சொல்கிறார்களே ! அவர்கள் உண்மைப் பொருளைப் பற்றிக் கற்றுத் தேர்ந்தவர்கள். அவர்கள் பொய்யை எதற்காகச் சொல்ல வேண்டும்?

ஆகவே அவை பொய்யென்றும் சொல்லிவிடக் கூடாது.

மற்றொரு விஷயம்: வேலன் உரக்கக் கத்தி ஏத்தினால் முருகன் ஆவேச ரூபத்தில் எழுந்தருளுகிறான். வேலனும் குறவரும் மழை வேண்டுமென்று வேண்டுகிறார்கள் ; மழை பெய்கிறது. நல்ல பயிர் விளையவேண்டுமென்று தொழுகிறார்கள் ; அப்படியே விளைகிறது. அதிகமாக மழை பெய்துவிட்டது; நிற்க வேண்டுமென்று வேண்டிக்கொள்கிறார்கள் ; மழை நிற்கிறது. இவ்வளவு காரியங்களும் 'நளினத்துப் பிறவியை' என்பது முதலிய தோத்திரங்களின் பயனாகக் கண்முன்னே நிகழும் பயன்கள். அவர்கள் வேண்டுகோள் பயன்பெறுதலின் அவற்றைப் பொய்யென்று எப்படிச் சொல்வது ?

பொய்யென்றோ, மெய்யென்றோ வரையறையாகச் சொல்ல முடியவில்லை; ஆகவே புலவர் மிகவும் யோசித்து ஒரு முடிவுக்கு வருகிறார். "வேலன் ஏத்தும் வெறிப்பாட்டுக்கள் உண்மையும் அல்ல ; பொய்யும் அல்ல " என்று எதிர்மறை வாய்பாட்டிலே சொல்கிறார். பொய் என்னாமல் உண்மை அல்ல என்கிறார்; மெய் என்னாமல் பொய்யும் அல்ல என்கிறார். இரண்டு தன்மையும் கலந்த வியப்புக்குரிய செய்தியாக இருக்கிறது முருகன் இயல்பு.

அவை, வாயும் அல்ல பொய்யும் அல்ல.

[அந்தப் பாட்டுக்கள் உண்மையும் அல்ல; பொய்யும் அல்ல. வாய் - உண்மை.]

இப்படிச் சொன்ன புலவருக்கு மேலே யோசனை படர்கிறது. முருகன் திருவவதாரம் அவர் ஞாபகத்திற்கு வருகிறது. அவனுடைய திருவவதாரம் மனிதன் பிறவி எடுப்பது போன்றதொரு காரியமா? பிறவியினால் உயர்வும் தாழ்வும் கற்பிக் கிறார்களே பைத்தியக்கார உலகத்தார், அந்த வகையில் சேர்ந்ததா அவன் அவதாரம்? புண்ணியங்களைச் செய்தவர் சிறந்த பிறவியையும், பாவம் செய்தவர் இழிந்த பிறவியையும் பெறுவார்கள் என்று சொல்லுகிறார்களே; முருகன் திருவவதாரம் புண்ணியப் பயனா? பாவப் பயனா? இப்படிப் பலபல கேள்விகள் புலவர் உள்ளத்தே எழுகின்றன.

திரு அவதாரக் கதை

அப்பனே, முருகா, பூசாரியின் பாட்டிலே திருவுளம் மகிழ்ந்து குறிஞ்சி நிலத்தினருக்கு வேண்டியவற்றை வேண்டியபடி நல்கும் கடவுளே, உன்னுடைய தத்துவம் உணர்வதற்கு அரியதாக இருக்கிறதே! வேலனாகிய பூசாரி உன்னைத் தங்கள் காரியங் களுக்கெல்லாம் துணையாக அன்றோ நினைக்கிறான்? அவனுக்கும் பிறருக்கும் இனியவனாகவும் எளியனாக வும் வரும் உன் இயல்பை எவ்வாறு வரையறை செய்வோம்! இழிதொழிலும் இழிந்த வாழ்க்கைப் போக்கையும் உடையவர்களென்று மக்கள் போற்றும் கூட்டத்தில் நீ பிரசன்னமாகிறாயே! நீயும் இழிந்த நிலையை விரும்புகிறவனா?......ஆம், நீ வைத்தது சட்டம். உன் ஆணைப்படி நடப்பது உலகம். நீ எது செய்கிறாயோ அதற்கு மிஞ்சியது ஒன்றும் இல்லை. உன்னையன்றி வேறு எல்லையை இல்லாதது இந்த உலகம்; உன்னையே வரம்பாக, தெய்வமாக, பாதுகாக்கும் அரணாக உடையது. ஆகவே உன் திருவுள்ளம் எப்படியோ அப்படியெல்லாம் இருக்கும் உரிமை உனக்கு உண்டு.

இயற்கையாகப் பல்வகைச் சிறப்புக்களையும் உடைய நீ, ஏழைகளுக்கு அருள்பாலிக்க வேண்டுமானால், அந்தச் சிறப்பையெல்லாம் ஒரு பக்கம் மூட்டை கட்டி வைத்துவிட்டு வருவாய். நீயாக இறங்கி வருகின்ற எளிமை அது. யாரும் உன்னை அப்படி இழிந்து வா என்று வற்புறுத்த இயலாது. என்றும் குன்றாத சிறப்பை உடையவனே, உன்னையே வரம்பாக உடையது உலகம். அப்படி இருக்க, நீ உனக்கு உரிய சிறப்பை யெல்லாம் நீக்கிவிட்டு வந்தால் அது உன் திருவுள்ளம்.

சிறந்த காரியங்களைச் செய்யும்போது அவற்றால் பிறருக்குக் கிடைக்காத உயர்வு உண்டாவதும், இழி தொழிலும் அறியாமையையும் உடைய பிறவியிலே புகுந்தமையால் இழிவு நேர்வதும் மற்றவர்கள் திறத்தில் நியதியானவை. சிறந்த தொழிலைச் செய்தாலும், இழிந்ததாகத் தோற்றும் நிலையில் இருந்தாலும் உன் சிறப்பு உன்னை விட்டு என்றும் ஒழியாது. சிறப்பினையுடைய செயல்கள் பலவற்றுள்ளே சில செயல்களைப் புரிந்தமையால் சிறப்பு அமைதலும், பிறவிப் பிணிப்பட்டு இழி வடைதலும் ஏனோருடைய இயல்புகள்; அந்த ஏற்பாடு உன்னுடைய அருளாணையால் நிகழ்வது.

சிறந்து நிற்கவும், இழிந்து நிற்கவும் செய்யும் வலியாணை உடையவன் நீ; ஆனால் நீ சிறந்து நின்றவன்போல் தோன்றினாலும், சிறப்பின்றிப் பெயரும் நிலையுள்ளவனைப் போலத் தோன்றினாலும் உனக் குப் புதிதாக வரும் உயர்வு தாழ்வு யாதும் இல்லை. நீ என்றும் சிறப்பை உடையவன்; தலைமையை உடை யவன்; வெற்றியை உடையவன். அந்த வெற்றியி னாலே பிறர் சிறப்பையும் சிறப்பின்மையாகிய இழிவையும் அடைகிறார்கள்.

நீயே வரம்பிற்றுஇவ் வுலகம்,ஆதலின்,
சிறப்போய், சிறப்பின்றிப் பெயர்குவை
சிறப்பினுள் உயர்பு ஆகலும்
பிறப்பினுள் இழிபு ஆகலும்
ஏனோர், நின் வலத்தினதே.

[இவ்வுலகம் உன்னையே எல்லையாக உடையது; ஆகையால் பெருஞ் சிறப்பை உடையவனே, நீ நின் திருவுள்ளத்தில் எண்ணினால் உனக்குரிய சிறப்புக்கள் இல்லாமல் இழி நிலைமையை உடையவனைப்போல் வருவாய்; சிறந்த செய்கையால் உயர்வு உண்டாதலும், பிறப்பில் செய்கை காரணமாக இழிவு அமைதலும் பிறர் மாட்டு நடக்கும் நியதி; ஆனால் அந்த நியதி உன் வலமாகிய ஆணைக்கு உட்பட்டது. உயர்பு - உயர்வு. இழிபு -இழிவு. ஏனோர்- உன்னை யல்லாத பிறர். வலம் - வெற்றி; இங்கே ஆணை.]

'பூசாரியின் தோத்திரத்தை உண்மையாக்கி முருகன் வருகிறானே!' என்று ஆச்சரியப்பட்டுப் போன புலவர் முருகனை இப்படிப் பாராட்டுகிறார். பூசாரியின் வழிபாட்டுக்கு இரங்கி, தன் நிலையினின் றும் இறங்கி வருகிறான் முருகன். அதற்குப் புலவர் சமாதானம் சொல்கிறார். அவன் வைத்தது சட்டம் என்கிறார். ஆனால் இதைக்காட்டிலும் இன்னும் பெரிய செய்தி நினைவுக்கு வருகிறது. பிறவிப் பிணிக்கு மருந்தாகும் திருவருளை ஆருயிர்களுக்கு வழங்கும் முருகனே பிறந்தா னென்ற கதை ஞாப கத்துக்கு வருகிறது.

முருகனுடைய திருவவதாரக் கதை பல பல வேறுபாடுகளோடு வழங்கும். காலத்துக்குக் காலம் அந்தக் கதையில் மாற்றம் அமைந்திருக்கிறது. ஏனையோர் இதிலிருந்தே முருகனுடைய அவதாரம் பிறவிபோன்றது அன்றென்பது வெளியாகும்.

சங்க காலத்து நூலாகிய பரிபாடலில் வரும் இந்தப் பாட்டில் கடுவன் இளஎயினனார் கூறும் திருவவதாரக்கதை, கந்தபுராணக்கதைக்குப் பலவகையில் வேறுபட்டது. சங்ககாலத்தில். முருகன் திருவவ தாரத்தைப் பற்றிய இந்த வரலாறே வழங்கிவந்தது என்று நாம் கொள்ளவேண்டும்.

இனி, திருவவதாரக் கதையைக் கவனிப்போம்.

சிவபெருமான் உமாதேவியோடு காமத்தை நுகர்கின்ற திருமணம் புரிந்து கொண்டான். அத் தேவியோடு அளவளாவி நெடுங்காலம் இருந்த பிறகு, அமைதி உற்ற சமயத்தில் இமையாநாட்டத்தை உடைய அப்பெருமானிடத்திலே இந்திரன் வந்தான்."அப்பனே, ஒரு வரம் வேண்டும்" என்று கேட்டுக்கொண்டான். "கேள்; தருகிறோம்" என்றான் இறைவன். "உமாதேவியோடு அளவளாவியது போதும்; அதன் விளைவாக உண்டாகிய கருவைச் சேதித்தருள வேண்டும்" என்றான். சத்தியமே உருவாகிய எம்பெருமான் இந்திரனுக்குக் கொடுத்த வரத்தை மாற்றாமல், அதனைத்

தன்னுடைய மழுவா யுதத்தைக் கொண்டு பல கண்டமாகச் சேதித்தான்.

அதனை இந்திரன் கொண்டு சென்ற பொழுது ஏழு முனிவர்களும் அதனைக் கண்டனர். "இது அரு வாகிய இறைவன் உருப்பெற்று உயிர்களுக்கு இன்பம் நல்கும் குழந்தையாவதற் குரியது" என்று ஞானத்தால் உணர்ந்தனர். ஆகவே, அதனை இந்திரனிடம் பெற்றுக் கொண்டனர். தம் மனைவியர் வாயிலாக இறைவனுடைய அமிசம் உருப்பெற வேண்டும் என்று எண்ணிய முனிவர், அதனை அம் மகளிர் தாங்கமாட்டார்கள் என்பதை உணர்ந்து, வேள்வி செய்து அதன் கண்ணே அதனைப் பெய்தனர். பிறகு வேள்விப் பிரசாதமாக நின்ற அதனை அருந்ததி ஒழிந்த ஆறு மகளிருக்கும் பகிர்ந்து கொடுத்தனர். ஆறு முனிவருடைய மகளிரும் கார்த்திகை நட்சத்திரமாக விளங்குபவர்கள். கார்த்திகை மாதராகிய அந்த ஆறு பேரும் வேள்விப் பிரசாதத்தை நுகர்ந்தவுடன், சூல் பெற்றனர். தம்முடைய கணவன் மாருடைய விருப்பப்படி அயின்ற 'மறுவறு கற்பினை' உடைய அவர்கள் கருப்பத்தில் இறைவன் அமிசம் வளர்ந்தது. பிறகு இமாசலத்தின் சார்பிலே தருப்பை வளர்ந்தோங்கிய சரவணப் பொய்கையில் தாமரை மலரில் அம்மகளிர் அறுவரும் கருவுயிர்த்தார்கள்.

இவ்வாறு முருகன் திருவவதாரம் நிகழ்ந்த தென்று அக்காலத்துப் பௌராணிகர் சொல்லி வந்தார்களாம்.

இந்தக் கதையைச் சொல்லவந்த புலவர் முதலில் சிவபெருமானைப் பற்றிப் பேசுகின்றார். அப் பெருமான் திரிபுர சங்காரம் செய்த வீரச் செயலைச் சொல்கிறார். திரிபுரசங்காரக்கதை முன்பும் வழங்கி வந்த தென்று இதனால் தெரிய வருகிறது.

முப்புரத்தை இறைவன் அழிக்கப் புறப்பட்ட காலத்தில் ஆதி அந்தணனாகிய பிரமதேன் சாரதியாக இருந்தான். அவன் எப்படி எப்படிக் குதிரைகளை வேகம் அறிந்து

விடவேண்டுமோ அப்படி விட்டான்; குதிரைகளின் நடையைத் தன் பிடிப்பிலே வைத்துக் கொண்டான். வேதமாகிய குதிரைகளைப் பூண்ட பூமியாகிய தேர் அது. அதன்மேல் ஊர்ந்து சென்றான் இறைவன். நாகத்தை நாண் கயிறாகவும் மலையை வில்லாகவும் கைக்கொண்டு திரிபுர சங்காரத்துக்குப் புறப்பட்டான்.

அந்த முப்புரங்களும் மூவகை மதில்களை உடையவை. வெள்ளி, பொன், இரும்பு என்ற மூன்றினாலும் அமைந்தவை. அவற்றை ஓர் அழலம்பினாலே எரியும்படி செய்தான். புரங்கள் மூன்றும் எரியும் போது அந்த வெப்பத்தால் திசைகளெல்லாம் அழன்றன.

ஆதி அந்தணன் அறிந்து பரிகொளுவ
வேத மாபூண் வையத்தேர் ஊர்ந்து
நாகம் நாணா ம மலைவில் ஆக
மூவகை, ஆரெயில் ஓர்அழல் அம்பின்
முளிய மாதிரம் அழல எய்து.

[பிரம தேவன் ஓட்டும் முறையை அறிந்து குதிரைகளின் வேகத்தைத் தன் கையிலே அடக்கி வைக்க, வேதமாகிய குதிரை யைப் பூண்ட பூமியாகிய தேரில் ஏறிச் சென்று, ஆதிசேடனாகிய பாம்பு நாணாகவும் மேருமலை வில்லாகவும் கொண்டு, மூன்று வகையான வெல்லுதற்கரிய மதில்களை ஒரு தீயை மூட்டும் அம்பினால் அழியும்படியும் திசைகளெல்லாம் எரியும்படியும் எய்து. பரி-நடை. கொளுவ-கைக் கொண்டு நடத்த. மா-குதிரை. வையத்தேர் - பூமியாகிய தேர். முளிய-எரிய, மாதிரம்-திசை.)

இவ்வாறு எய்த பெருமானை அந்தணர் வேள்வியாலே போற்றுகின்றனர். வேள்வியின் தலைவனாக இருப்பவன் சிவபெருமான். அமரர் பலரையும் எண்ணி வேள்வியில் அவியுணவைக் கொடுத்தாலும் சிவபெருமான் அருளின்றி அது நிகழாது. ஆகவே அப்பெருமான் அவியேற்றல் இன்றியமையாதது. அமரருக்கு விருந்தாக வேள்வி செய்து

அவி யுணவை அந்தணர் வழங்கும்போது சிவபெருமான் தலைமை தாங்கி நின்று அந்த அவியுணவை ஏற்று மகிழ்வான். அப் பெருமானையும் அந்தண னென்றும், முனிவனென்றும், பார்ப்பா னென்றும் நூல்கள் கூறும்.

திரிபுரம் எய்த செய்தியையும், வேள்வியில் அவிர்ப்பாகம் ஏற்கும் செய்தியையும் இணைத்துச் சொல்கிறார் புலவர்.

அமரர் வேள்விப்
பாகம் உண்ட பைங்கட் பார்ப்பான்.

[தேவரை எண்ணிச் செய்யும் வேள்வியில் அவிர்ப் பாகத்தை ஏற்றருளிய கருணை பொழியும் திருவிழிகளையுடைய அந்தணன். வேள்விப்பாகம்-அவிர்ப்பாகம், பைங்கண்-பசியகண்; கோபத்தாற் பசிய கண் என்று பரிமேலழகர் உரை எழுதுவர்; அருளாற் குளிர்ந்த கண் என்று கொள்வது சிறப்பு.]

இறைவன் உமாதேவியை மணம் செய்து கொண்டான். அப் பெருமாட்டியோடு நெடுங்காலம் இன்பம் நுகர்ந்தான். தேவர்களெல்லாம் தங்களுக்கு வந்த இடுக்கண் தீர வேண்டுமென்று ஏங்கி நின்றனர். இறைவனே உமாதேவியோடு ஒன்றி நின்றனன். இந்த நிலையில் சிவபெருமானுடைய கவனத்தைத் தங்கள் பால் திருப்புவதற்கு இந்திரன் புறப்பட்டான். சிவபெருமானிடம் சென்று, "இப் புணர்ச்சியைத் தவிர்ந்தருள வேண்டும்" எனக் கேட்க இறைவனும் அவ்வாறே வரம் ஈந்தான்.

உமையொடு புணர்ந்த காம வதுவையுள்
அமையாப் புணர்ச்சி அமைய, நெற்றி
இமையா நாட்டத்து ஒருவரம் கொண்டு
விலங்கென, விண்ணோர் வேள்வி முதல்வன்.

[உமாதேவியோடு இறைவன் இன்புற்ற திருமணத்தில் அமையாமல் நிகழ்ந்த புணர்ச்சி அமையுமாறு, நெற்றியிலே இமையாத நாட்டத்தையுடைய அப்பெருமானிடத்திலே, விண்ணோர் முதல்வனும் வேள்வி முதல்வனுமாகிய

இந்திரன் ஒரு வரத்தைப் பெற்றுக் கொண்டு, "இந்தச் செயலினின்றும் தவிர்ந்தருள்வாயாக!" என்று வேண்டிக்கொள்ள. காம வதுவை - இச்சையாற் செய்த திரு மணம். இமையா நாட்டம்-இமையாத நாட்டத்தையுடைய இறைவன்; அன்மொழித்தொகை, விலங்கு-தவிர்க.]

இந்திரனுடைய வேண்டுகோளுக்கு இரங்கினான் இறைவன். அப்போது வெளியான கரு, உலகமெல்லாம் தாங்கற்கரிய உக்கிரம் கொண்டு நின்றது. இந்திரனுக்குக் கொடுத்த வாக்கை நிறைவேற்ற வேண்டி அக் கருவைத் தன் மழுவாயுதத்தால் சேதித்தான். அதுகண்டு இவ்வுலகேழும் வியந்தது. "மாற்றாத வாய்மையை உடையவன்" என்று பாராட்டியது.

விரிகதிர் மணிப்பூண் அவற்குத்தான் ஈத்தது
அரிதென மாற்றான், வாய்மையன் ஆதலின்;
எரிகனன்று ஆனாக் குடாரிகொண் டதன்உருவு
திரித்திட்டோன்இவ் வுலகுஏழும் மருள.

[விரிந்த கதிரையுடைய மணிகளாலாகிய பூணை அணிந்த அந்த இந்திரனுக்குத் தான் கொடுத்த வரம் நிறைவேற்றற்கு அரி தென்று சொல்லி வாக்கு மாறுதல் இல்லாத சத்தியத்தை உடையவன் ஆதலால், இறைவன் நெருப்புக் கனன்று அமையாத மழுவாயுதத்தைக் கொண்டு அந்தக் கருவின் உருவத்தை இவ்வுலக மெல்லாம் வியக்கும்படி |சேதித்தான், குடாரி-மழு. திரித்தல் சிதைத்தல்.]

இறைவனது அமிசமாகிய அக் கருவானது சிதைக்கப் பெற்றாலும், அதன் வன்மை மாறா தென்ற எண்ணத்தோடு இந்திரன் அதைக் கைக்கொண்டு சென்றான். அவன் செல்லும் பொழுது ஆங்கிருந்த ஏழு முனிவர்களும் கண்டார்கள். சமாதியினால் அவர்கள் உண்மையை உணர்ந்தார்கள். அது சேயாகவேண்டிய கரு வென்பதை அறிந்து கொண்டார்கள். அதனை இந்திரனிட மிருந்து அம் முனிவர்கள் வாங்கிக் கொண்டனர்.

கருப்பெற்றுக் கொண்டோர், கழிந்தசேய் யாக்கை
நொசிப்பின் ஏழுறு முனிவர் நனி உணர்ந்து.

[எழுவராகிய முனிவர் தம்முடைய சமாதி யோகத்தினால், சேயாக வேண்டிய யாக்கை கழிந்த உருவம் அது என்று நன்றாக உணர்ந்து அந்தக் கருவைப் பெற்றுக் கொண்டார்கள். நொசிப்பு.யோகம்.]

இறைவன் சேதித்த கருவை நல்ல வண்ணம் பயன்படுத்திக் கொள்ள வேண்டுமென்று எண்ணினர் முனிவர். அந்தக் கருவின் பகுதியைத் தனித் தனியே தம் மனைவியர்பால் கொடுத்து நுகரச் செய்தால், இறைவன் திருவருளின் விளைவு நன்மையை உண்டாக்கும் என்று நினைத்தனர். ஆனால் அடுத்த படி மற்றொரு நினைவு அவர்களுக்கு உண்டாயிற்று. 'இறைவனிடமிருந்து வந்த இது மிக்க திறல் உடை யது. இதனை நம் மனைவியர் ஆற்றுவார்களோ? இருந்தவாறே நுகர்வதைவிட அக்கினியினிடம் வேள்வி மூலம் வழங்கிப் பின் வேள்விப் பிரசாதத்தைக் கொடுத்து நுகரச் செய்யலாமே!' என்ற சிந்தனை உண்டாயிற்று. ஆகவே அழலை வேட்டு அதன்கண் அவியாக அந்தக் கருவைப் பெய்தார்கள்.

வசித்ததைக் கண்டம் ஆக மாதவர்
மனைவியர் நிறைவயின் வசிதடி சமைப்பிற்
சாலார், தானே தரிக்கென அவர் அவி
உடன்பெய் தோரே, அழல் வேட்டு.

[இறைவன் சிதைத்ததைச் சிறு சிறு கண்டமாக முனிவர் தம் மனைவியர் நுகர்ந்தால் அது நிறைவு பெறும்போது அக்கண்டம் உருப் பெறுகையில் அதனைத் தாங்கும் வன்மையைப் பெற மாட்டார்கள், ஆதலின் அக்கினியே தாங்குவானாக என்று எண்ணி, அம்முனிவர் அழல் வேட்டு அந்தக் கருவாகிய அவியை ஒருங்கே இட்டனர். வசித்ததை- சிதைத்த கருவை. வசி தடி- சேதித்த கருப் பகுதி. சமைப்பின்- உருப்பெற்றால். சாலார்-தாங்கும் தகுதியைப் பெற மாட்டார்.)

அப்படி வேள்வி செய்தபோது யாக குண்டத் தில் எழுந்த முத்தீயில் போற்றியிட்ட அவியில், அழலிலே சென்றது போக எஞ்சிய பகுதியாகிய பிரசாதத்தை முனிவர் தம் மனைவியருக்கு வழங்கினர். வடக்கே கிருத்திகை நட்சத்திரமாக ஆறு மகளிர் விளங்குகின்றனர். ஏழு முனிவர்களுடைய கூட்டமாகிய சப்தரிஷி நட்சத்திரம் என்ற ஒரு தொகுதியும் உண்டு. அதன் அருகே அருந்ததி நட்சத்திரத்தை வானிலே காணலாம்.

முனிவர் இந்தப் பிரசாதத்தை வழங்கியபோது அருந்ததி ஒழிந்த ஆறு மகளிரும் நுகர்ந்தனர். அந்த ஆறு பேரும் கிருத்திகைக் கூட்டத்தைச் சேர்ந்தவர். கிருத்திகைக்கு ஆரல் என்று ஒரு பெயர். அது ஆல் என்றும் சிதைந்து வழங்கும்.

தெய்வத் தன்மை பெற்ற ஒரு மீனாகிய சாலினி யென்னும் பெயர் பெற்ற அருந்ததி மட்டும் யாக சேஷத்தை உண்ணவில்லை. தலைக்கற்புடையவ ளாதலின், அவ்வாறு செய்யும்படி முனிவரும் பணிக்கவில்லை.

தடவு நிமிர் முத்தீப் பேணிய மன்எச்சில்
வடவயின் விளங்குஆல் உறைஎழு மகளிருள்
கடவுள் ஒருமீன் சாலினி ஒழிய
அறுவர் மற்றையோரும் அந்நிலை அயின்றனர்.

[யாககுண்டத்திலே பொங்கி எழுந்த முத்தீயிலே போற்றி யிட்ட அந்த அவியின் சேடமாகிய புரோடாசத்தை, வானத்தில் வடதிசைக்கண் விளங்குகின்ற ஏழு முனிபத்தினிகளுள் தெய் வத்தன்மை பொருந்தியமைந்த ஒப்பற்ற நட்சத்திரமாகிய அருந்ததி நிற்க, கிருத்திகை நட்சத்திரமாக உறைகின்ற மற்ற ஆறு பேர்களும், யாக சேஷமாக நின்ற அந்த நிலையில் அக் கருவை நுகர்ந்தனர். தடவு-யாககுண்டம். மன்: அசை. ஆல்-ஆரல்; கிருத்திகை. சாலினி-அருந்ததி. அறுவர் மற்றை யோரும் என்பதை மற்றையோர் அறுவரும் என்று கொள்ளவேண்டும்.]

அப்படி உண்ட கிருத்திகை மாதர் அறுவரும் கருப்பம் அடைந்தார்கள். இறைவன்பால் தோன்றிய கருவாதலின், வேள்வித் தீயில் இட்ட பிறகும் ஆற்றலுடையதாக அமைந்தது; அதனைத் தம்முடைய கணவருடைய கட்டளைக்கு இணங்க உண்டமையின் அம் மகளிர் மறுவில்லாத கற்பை உடையவரானார்கள். தம்முடைய நிறைக்கு யாதொரு குறையும் நேராமல் முருகனைச் சூலாகக் கொண்டார்கள். முருகன் இறைவனுடைய அமிசமாகக் கார்த்திகை மாதர் கருவிலே தங்கியிருந்தான்.

மறுவறு கற்பின் மாதவர் மனைவியர்
நிறைவயின் வழாஅது நிற்சூ லினரே.

[குற்றமற்ற கற்பினை உடைய முனிவருடைய மனைவிமார் ஆறு பேரும் தமக்குரிய நிறையினின்றும் தவறாமல், உன்னை வயிறு வாய்க்கப் பெற்றார்கள். நிறை - இங்கே கற்பு. சூலினர்- சூல் கொண்டனர்.]

வேள்விப் பிரசாதத்தை உண்டமையால் வந்தது கரு; தம் கணவர் கட்டளைக்கு இணங்கி அவ்வாறு செய்தனர். ஆதலின் புலவர் அவர்களை, "மறுவறு கற்பின் மாதவர் மனைவியர்" என்று சொல்கிறார். 'அயின்றும் தம் கணவர் வேண்ட அயின்ற புரோ டாசம் ஆதலால் மறுவற்ற கற்பினையுடைய அம் மாதவர் மனைவியர், நிறையுடைமையின் நீங்காதே நின்னைச் சூல் கொண்டார்' என்று பரிமேலழகர் இந்தப் பகுதிக்கு உரை எழுதியிருக்கின்றார்

இவ்வாறு ஆறு மகளிரும் கொண்ட கருப்பம் முதிர்ந்தது. இமாசலத்தின் ஒருசார் தருப்பை படர்ந்த நீலப்பைஞ் சுனையாகிய சரவண மென்னும் பூம்பொய்கையில் அவர்கள் குழந்தையைப் பெற்றார் கள். மெத்தென்ற தாமரை மலர்களில் ஒவ்வொரு வரும் ஒவ்வொரு குழந்தையைப் பெற்றனர்.

நிவந்து ஓங்கு இமயத்து நீலப் பைஞ்சுனைப்
பயந்தோர் என்ப, பதுமத்துப் பாயல்.

[உயர்ந்து வளர்ந்த இமாசலத்தில் நீலப்பைஞ்சுனையில் தாமரையாகிய படுக்கையில் உன்னைப் பெற்றார்கள் என்று சொல்லுவார்கள். நீலம்-நீலநிறமுடைய தர்ப்பை; அதற்குச் சரம் என்று வடமொழியிலே பெயர் உண்டு. சரவணம் என்பது தருப்பை நிறைந்த இடம் என்ற பொருளை உடையது. நீலப் பைஞ்சுனை என்று சரவணத்தையே குறித்தார். "நெடும்பெருஞ் சிமையத்து நீலப் பைஞ்சுனை" என்று திருமுருகாற்றுப்படை யிலும் நக்கீரர் நீலப்பைஞ்சுனை என்றே சொல்கிறார்.]

முருகன் சரவணப் பூம்பொய்கையில் திருவவ தாரம் செய்தானென்ற வரலாற்றை யாவரும் அறிவர். ஆனால் சரவணப் பொய்கையை அடையு மட்டும் முருகனைப் பற்றிய கதை வெவ்வேறு காலத் தில் வெவ்வேறாக வழங்கி வந்தது. இறைவனிடத்திலே தோன்றிய கருவை அக்கினி பெற்றுச் சென்று வாயுவினிடம் கொடுக்க வாயு கங்கையிலே விடக் கங்கை சரவணப் பொய்கையிலே விட்டாள் என்பது ஒரு கதை. இறைவன் விழியில் உண்டான அழற்பொறிகள் இவ்வாறு சென்று சரவணப் பொய்கையில் தங்கிக் குழந்தையாயின என்பது ஒரு வரலாறு. கார்த்திகைப் பெண்கள் பாலூட்டி வளர்த்தனர் என்று கந்தபுராணம் முதலிய நூல்கள் கூறும்.

பரிபாடலில் வரும் கதை பழங்காலத்தில் வழங்கியதென்று தெரிகிறது. "என்ப" என்று புலவர் சொல்கிறார். 'என்று சொல்வார்கள்' என்பது பொருள். 'பௌராணிகர் சொல்லுவர்' என்று பரிமேலழகர் உரை கூறினர். அவ்வாறு வழங்கின துண்டென்று வால்மீகி ராமாயணம், குமாரசம்பவம் முதலிய வடமொழி நூல்களாலும் தெரியவரும்.

காலத்துக்குக் காலம் மனிதருடைய மனோபாவம் மாறி வரும். ஒரு காலத்தில் பொய்யை எந்தக் காரியத்துக்கும் சொல்லக்கூடாதென்ற நியதி இருக்கும்; பிறகு சில காரியங்களுக்குப் பொய் சொல்லலாம் என்று மாறுதல் உண்டாகும். ஒழுக்க வகைகளிலும் இத்தகைய

மாறுபாடுகளை நாம் பார்க் கின்றோம். தெய்வத்தைப் பற்றிய கதைகளில் நாம் விரும்பத்தகாத செய்திகள் இருந்தால் அவற்றை மாற்றிக் கொள்ள வேண்டுமென்று தோன்றுவது இயல்பு. ஆகையினால்தான் முருகன் திருவவதாரக் கதை இவ்வாறு வெவ்வேறு விதமாக வழங்குகிறது. இதுமாத்திரமன்று; புராணக் கதைகளே அந்த அந்தக் காலத்துக்கு ஏற்ப மாறி வழங்குகின்றன. பெரிய இதிகாசமாகிய ராமாயணத்தில் வரும் கதை எந்தக் காலத்திலும் ஒரே மாதிரி வழங்குவதில்லை. தேசத்துக்குத் தேசம், காலத்துக்குக் காலம், பாஷைக்குப் பாஷை வேறுபட்டு வழங்கும். எல்லாவற்றிலும் உட்கருத்தாக அமைந்த தத்துவத்தை நாம் உணர வேண்டுமே ஒழிய அதனை அப்படியே சரித்திரமாக, ஒவ்வொரு செய்தியும் அப்படி அப்படியே நிகழ்ந்த தென்று கொள்ளக்கூடாது.

முருகனுடைய திருவவதாரக் கதையிலிருந்து நாம் தெரிந்து கொள்ளவேண்டிய உண்மை ஒன்று. சிவபெருமானது அமிசமாக முருகன் தோன்றினான். அவனுடைய அவதாரம் ஏனைய குழந்தைகள் பிறக்கும் முறையில் அமைந்தது அன்று. இறைவனுடைய முதன்மையும் அவனுடைய அருள் உரமும் முனிவருடைய ஞானமும் மகளிருடைய கற்பும் வேள்வியின் தியாகமும் கலந்து அமைந்த தெய்வப் பிழம்பு முருகன். இதையே கதையாக்கிப் புராணமாக்கிக் கவியாக்கி விரித்தனர் பழங்கால மக்கள்.

கதையில் உள்ளபடியே நிகழ்ச்சிகள் நடந்திருந்தால் அந்தக் கதை உண்மை வரலாறாகிவிடும். உண்மை எப்போதும் ஒன்றுதான். கதை பலவா றாக வழங்குவதனாலே அது அப்படியே நடந்த உண்மை அன்று என்பது புலப்படும். ஆயினும் இவற்றினூடே பொதுவாக உள்ள கருத்தை நாம் உணர்ந்துகொள்ள வேண்டும்.

இன்ப நிலையமாகிய பரசிவம் வேறு, முருகன் வேறு அல்ல; அருளுருவாகிய பராசக்தியின் தொடர்பு முருகனுக்கு உண்டு; ஞானம் படைத்த முனிவர் முயற்சியாலே தோன்றுவான்;

கற்புடை மகளிர் கற்பு விரதத்தின் பயனாக வருவான். இவ்வாறு பலபடியாக இந்தக் கதைக்குப் பொருள் கூறலாம்.

முருகன் என்ற தெய்வத் திருவுருவத்தைப் பற்றித் தமிழர் நெடுங்காலமாகச் சிந்தித்து வந்தித்து வந்திருக்கிறார்கள். அவனைப் பற்றிக் கதை பேசிக் களித்திருக்கிறார்கள் என்பதையும் நாம் உணர்ந்து கொள்கிறோம்.

புகழ்வரம்பு இகந்தோன்

இந்திரன் தேவலோகத்துக்குத் தலைவன். பல பொருள்களைப் படைத்தவன். புண்ணியத்தால் வரும் போகங்களைத் தேவர்கள் துய்க்கிறார்கள். அவர்களுக்குள்ளே சிறந்து தலைமைப் பதவி வகிப்பவனாதலால், அவன் போக நுகர்ச்சியிலும் யாவரினும் சிறந்தவனாக இருக்கிறான். அதனால் அவனுக்குப் போகி என்ற பெயர் ஏற்பட்டிருக்கிறது.

கையிலே பொருள் உடையவருக்கு வேறு யாரேனும் அதைக் கைப்பற்றிக் கொள்வார்களோ என்ற அச்சம் இருந்து கொண்டே இருக்கும். 'மடியிலே கனம் இருந்தால் வழியிலே பயம் உண்டு' என்ற பழ மொழி இக்கருத்தையே வெளிப்படுத்துகிறது. உலகத்துப் பொருளுடையவரே இவ்வாறு அஞ்சுவதானால் எல்லா ஐசுவரியத்துக்கும் மேலான ஐசுவரியத்தையும் போகத்தையும் பெற்ற இந்திரனுக்கு எவ்வளவு அச்சம் இருக்கவேண்டும்? ஒவ்வொரு கணமும் அவன் தன் பதவி தனக்கு நிலைத்திருக்க வேண்டுமே என்ற கவலையோடே இருக்கின்றான். அவன் இறைவனைத் தரிசித்து வழிபடுவது கூட முத்தி பெற வேண்டும் என்ற ஆசையினால் அன்று. தன் பதவிக்கு மோசம் வராமல் இருக்கவேண்டுமென்ற பிரார்த்தனைதான் இறைவன் திருமுன்னர் அவனுக் குத் தோன்றுகிறது.

வாழ்த்துவதும் வானவர்கள் தாம்வாழ்வான்

என்று மாணிக்கவாசகர் பாடியிருக்கிறார்.

யாரேனும் யாகம் செய்தாலும் தவம் புரிந்தாலும் தன் பதவியைப் பற்றிக்கொள்ளத்தான் அவற்றைச் செய்வதாக எண்ணி, இடையூறு செய்ய நினைப்பவன் இந்திரன். நூறு

யாகங்கள் செய்து இந்திர பதவியைப் பெற்றவன் அவன். அதனால் சதமகன் என்று ஒரு பெயர் அவனுக்கு வழங்கும். ஒரு யாகம் ஒருவர் செய்தாலே, இவன் நூறு யாகம் செய்து விட்டால் என்ன செய்வது என்ற தலைவலி அவனுக்கு வந்துவிடும். அதிக ஆற்றல் படைத்தவன் யாராவது இருந்தால், ஒருகால் அவன் தன்னோடு போர்புரிந்து தன் பதவியைக் கைக்கொண்டு விடுவானோ என்ற அச்சம் அவன் உள்ளத்தில் முளைக்கும். இவ்வளவுக்கும் காரணம் அவனுக்கு இருக்கும் பதவியாசைதான்.

சரவணப் பொய்கையில் ஆறு குழந்தைகளாகச் சிவபிரானுடைய அமிசம் தோன்றியது, இந்திரனுக்கு அச்சத்தை உண்டாக்கிவிட்டது. அக்குழந்தைகளின் மூலத்தை உணராமல் அறுமீன் புதல்வர் என்ற அறியாமையால் அவன் அஞ்சினான். 'அருண்டவன் கண்ணுக்கு இருண்டதெல்லாம் பேய்' என் பது பழமொழி அல்லவா?

உதயமான அன்றே, அச்சத்தால் கலங்கிய அமரர் செல்வன் அங்கே வந்து தன் வச்சிரத்தை அக் குழந்தைகளின் மேல் எறிந்தான். அறநிலை கடந்து, எழுமுனிவருக்குத் தான் முன்பு சிவபிரான் அமிசத்தை அளித்ததையும் மறந்து, எரியுமிழ் வச்சிரத்தை எறிந்தான்.

என்ன ஆச்சரியம்! இந்திரனுடைய வச்சிராயுதம் பேராற்றலை உடையது. மலைச்சிறகை அறுத்தது. எதன்மேல் விட்டாலும் அதைக் கூறு கூறாகப் பிளந்தெறியும் வன்மையை உடையது.

அத்தகைய வச்சிராயுதத்தை இந்திரன் விட்டபோது என்ன ஆயிற்றுத் தெரியுமா? சரவணப் பொய்கையிலே தோன்றிய பச்சிளங் குழந்தைகளை ஒன்றும் செய்யமுடியவில்லை. ஒரு பொருளைப் பல துண்டுகளாக ஆக்குவது வச்சிரம். இங்கோ அந்த ஆறு குழந்தைகளும் ஒன்றுபட்டன ; ஒரே திருவுருவமாக அமைந்து விட்டன.

ஆறு குழந்தைகளாகத் தோன்றிய அன்றே, இந்திரன் தன் செருக்கினாலும் அச்சத்தாலும் செய்த காரியம் முருகன் திரு

அவதாரத்தைப் பயனுடைய தாக்கிவிட்டது. அறு வேறு குழந்தைகளும் ஒன்றாயினர். முருகன் ஒரு திருமேனியோடு நின்றான். மேலும் மேலும் வளரும் விறலோடும் சிவந்த நிறத்தோடும் இந்திரனது அகங்காரத்தைப் போக்க நின்றான். ஓங்கு விறற் சேயாகி நின்ற அப்பெருமான் இந்திரனோடு போர் செய்யத் தொடங் கினான்.

பெரும்பெயர் முருக, நிற் பயந்த ஞான்றே
அரிதுஅமர் சிறப்பின் அமரர் செல்வன்
எரிஉமிழ் வச்சிரம்கொண்டு இகந்துவந்து எறிந்தென
அறுவேறு துணியும் அறுவர் ஆகி
ஒருவனை வாழி! ஓங்குவிறற் சேஎய்!

[பிறருக்கெல்லாம் கிட்டாத பெரிய பெயரை உடைய முருகனே, ஆறு கார்த்திகை மாதரும் உன்னைக் கருவுயிர்த்த அன்றே,பிறருக்கு அரிதாகத் தனக்கு உரிமையாகப் பொருந்திய சிறப்பை உடைய தேவராஜன், நெருப்பைக் கக்கும் வச்சிராயுதத் தைக் கைக்கொண்டு வந்து, தர்மநெறியைக் கடந்து எறிந்தான். அப்படி எறியவே, ஆறு வேறு கூறாக இருந்த பகுதிகள் ஆறு குழந்தைகளாகி அப்பால் அவ்வாறு குழந்தைகளும் ஒரே உருவ மாக ஒரு வனானாய்.உன் திருவுருவம் வாழ்க! ஓங்கிய வலிமையை யுடைய சேயே!]

"பெரும் பெயர் முருக " என்று கடுவன் இள எயினார் இங்கே முருகவேளை விளிக்கிறார். "அரும் பெறல் மரபிற் பெரும்பெயர் முருக '" என்று திரு முருகாற்றுப்படையில் நக்கீரரும் சொல்லியுள்ளார். ஆறு திருவுருவங்களும் ஒரு திருவுருவமான செய்தியைச் சொன்னவுடன் 'வாழி?' என வாழ்த்துகிறார் புலவர். அதுமுதல் முருகன் தன் திருவவ தாரத்தால் ஆற்ற வேண்டிய திருவிளையாடல்களைச் செய்யப் புகுகின்றான். அதுகாறும் இறைவன் கூறாகத் தனித்தனி நின்றவன், ஒன்று பட்டு முருகன் ஆகிவிட்டான். அந்த நிலையில்தான் உண்மை முருகன் உதயமாகிறான். அதை

நினைந்தே, "ஒருவனை வாழி!" என்று வாழ்த்துகிறார் நல்லிசைச் சான்றோராகிய கடுவன் இள எயினனார்.

கந்தபுராணக் கதைக்கும் இந்த வரலாற்றுக்கும் இங்கும் வேறுபாடு இருக்கிறது. ஆறு குழந்தைகளாக அமர்ந்த முருகனை, இறைவன் இறைவியோடு எழுந்தருளி வந்து அவ்விறைவிக்குக் காட்டினான். இறைவி ஆறு குழந்தைகளையும் ஆவலோடு அணையவே அந்த ஆறு வடிவங்களும் ஒன்றாயின; ஆறு திருமுகமும் பன்னிரண்டு திருக்கரங்களும் உடைய மூர்த்தியாயின. அந்த நிலையில் முருகன், கந்தன் என்னும் திருநாமம் பெற்றான். அப்பால் அப்பெருமான் பல திருவிளையாடல்களை நிகழ்த்தினான். வீர பராக்கிரமச் செயல்களைச் செய்தான். அவற்றைக் கண்டு சினந்த இந்திரனும் தேவர்களும் அப்பிரானோடு போரிட்டு மயங்கி வீழ்ந்தனர். பிருகஸ்பதி பகவான் வந்து வேண்ட முருகன் மீண்டும் அவர்களை எழுப்பினன். இந்திரன் கந்தவேள் கழலிணை பணிந்து, அவனைத் தேவர் படைக்குத் தலைவனாக இருக்கவேண்டுமென்று வேண்டிக் கொண்டான். அன்று முதல் முருகன், 'வானோர் வணங்குவில் தானைத் தலைவ' னாக விளங்குகிறான்.

இவ்வாறு கந்த புராணம் சொல்கிறது.

இனி பரிபாடலில் உள்ள வரலாற்றைத் தொடர்ந்து நோக்குவோம்.

இந்திரனுக்கும் முருகனுக்கும் போர் மூண்டது. பச்சிளம் பாலகனாகிய அந்த நிலையிலே கூட முருகன் மிக்க பராக்கிரமத்தை உடையவனாக விளங்கினான். அவனுக்கு அந்தப் போர் பொருந்தாததாக இருக்கவில்லை. குழந்தை இயற்கையாக விளையாடுவதைப் போல அவன் போர் செய்தான். ஆயுதம் ஒன்றும் இன்றிப் போரிட்டான். போரென்ற பெயரால் அவன் ஆடிய திருவிளையாட்டு அது. பச்சைக் குழந்தையின் செயலெல்லாம் விளையாட்டுத்தானே? குழந்தை தோன்றியவுடனே செய்த விளையாட்டு இது! அந்த

விளையாட்டுக்கு எதிர் நிற்க மாட்டாமல் புரந்தரன் தோல்வியை அடைந்தான். அருள்மயமாகிய முருகனுக்கு முன்னே ஆணவமயமாகிய இந்திரன் எம்மாத்திரம்?

ஆரா உடம்பின் நீ அமர்ந்துவிளை யாடிய
போரால் வறுங்கைக்குப் புரந்தரன் உடைய.

[பூரண வளர்ச்சி பெறாத திருவுருவத்தையுடைய நீ பொருந்தும்படியாக விளையாடிய போரினால், ஆயுதமின்றியிருந்த உன் வறுங்கைக்குப் புரந்தரன் தோல்வி அடைய. ஆரா-நிரம்பாத. அமர்ந்து - விரும்பி என்றும் சொல்லாம்.]

இந்திரன் இப்போது உண்மையை உணர்ந்தான். 'இப்பெருமானே நம் படைக்குத் தலைவனா வதற்கு உரியன்' என்ற எண்ணத்தைக் கொண்டான். ஓங்குவிறற் சேயாகிய முருகன் வறுங்கையோடு இருந்தே இத்துணை ஆற்றலைக் காட்டினானே என வியந்தான். கைகளுக்கேற்ற ஆயுதங்களைச் சமர்ப்பிக்க வேண்டுமென்று தேவராஜன் எண்ணி அதனை மற்றத் தேவர்களுக்கும் அறிவித்தான். உடனே வலிமை பொருந்திய தேவர்களில் ஒவ்வொருவரும் ஒவ்வொரு பொருளை வழங்கினர். முருகனுடைய திருக்கரங்களில் அவர்கள் வழங்கிய பொருள்கள் ஏறின.

ஒவ்வொரு தேவரும் தம்முடைய மெய்யினின்றும் பிரித்து அப்பொருள்களை அளித்தனர். பிறரால் அல்லற்படாத ஆற்றலையுடைய அக்கினி தேவன் தன் உடம்பினின்றும் பிரித்த ஆற்றலைச் சிவந்த கோழியாக்கி, அந்தச் செல்வ வாரணத்தை முருகன் திருக்கரத்தில் அமரும்படி வழங்கினான். வானத்து வளங்கெழு செல்வத்தையெல்லாம் ஆளும் அரசனாகிய இந்திரன் ஆயிரங் கண்ணுடையவன். அவன் தன் மெய்யினின்றும் பிரித்துக் கண்கள் பல விளங்கும் தோகையினால் அழகு பெற்ற மயிலைக் கொடுத்தான். ஒரு பால் கோடாத ஆணையைத் தாங்கும் யமன் தன் மேனியினின்றும் பிரித்து வெள்ளாட்டுக் குட்டியைத் தந்தான்.

இப்படியே தேவர் பலர் பல பொருளை வழங்கினர். புள்ளியையும் கோடுகளையும் உடைய வில்லை ஒரு தேவன் அளித்தான். மானை ஒருவன் வழங்கினான். வாளை ஒருவன் ஈந்தான். இலை செறிந்த ஈட்டியை ஒருவனும், குடாரியை ஒருவனும், கணிச்சியை ஒருவனும் தந்தார்கள். அக்கினி, மாலை, மணி என்பவற்றைச் சிலர் தந்தார்கள். வேறு வேறு உருவத்தோடு உள்ள இப் பொருளைத் தன்னுடைய பன்னிரு திருக் கரங்களிலும் ஏற்றருளினான் முருகன்.

மேலே சொன்ன பன்னிரு பொருள்களும் முருகனுடைய ஏவற்கு அமைந்த படைகளாயின. பெருவலிமையையுடைய அக்கினி முதலிய தேவர் களின் அமிசங்களே முருகனிடம் ஆயுதங்களாக நின்று படையாற்றத் தொடங்கின. பிறந்த புதிதிலே, தாமரைப் பொகுட்டாகிய தொட்டிலில் இருந்தபோதே, முருகன் இத்தனை பராக்கிரமத்தை உடையவனானான். புகழையும் பெற்றான். பல காலமாக அமரலோகத்தை ஆண்டுவந்த இந்திரனுக்குக் கூட இவ்வளவு புகழ் இல்லை. தேவலோகாதிபதிக்குக் கிடைக்காத புகழ் தேவசேனாபதிக்குக் கிடைத் தது. அமரர் செல்வனுக்குக் கிடைத்த புகழுக்கு ஒரு வரம்பு உண்டு; அந்த வரம்பையும் இகந்து நின்றது முருகன் புகழ். மிக்க ஆற்றல் பெற்ற தேவர்களின் சக்தியெல்லாம் அவன் கைப்பிடியில் அடங்கி நின்றன. கோழியாகவும் ஆடாகவும் மயிலாகவும் கணிச்சி முதலியனவாகவும் உருப்பெற்று அடங்கி நின்றன.

**அல்லலில் அனலன் தன்மெய்யிற் பிரித்துச்
செல்வ வாரணம் கொடுத்தோன்.**

[துன்பம் இல்லாத அக்கினிதேவன் தன் மெய்யினின்றும் பிரித்துச் செல்வமாகிய கோழியைக் கொடுத்தான். கொடியாக நிற்றலின் செல்வ வாரணம் என்று சிறப்பித்தார்.]

**வானத்து
வளங்கெழு செல்வன்தன் மெய்யில் பிரித்துத்
திகழ்பொறிப் பீலி அணிமயில் கொடுத்தோன்.**

[தேவலோகத்துச் செல்வங்களுக்கெல்லாம் உரிமை பூண்ட செல்வனாகிய இந்திரன் தன் மேனியிலிருந்து பிரித்து, விளங்கு கின்ற கண்களோடு கூடிய அலங்காரமான மயிலைக் கொடுத் தான். பீலியை அணிந்த மயில் என்றும் சொல்லலாம்.]

திருந்துகோல் ஞமன்தன் மெய்யிற் பிரிவித்து
இருங்கண் வெள்யாட்டு எழில்மறி கொடுத்தோன்.

[பட்சபாதமின்றிச் செலுத்தும் திருத்தமுடைய ஆணையாகிய கோலையுடைய யமன் தன் உடம்பினின்றும் பிரித்து, கரிய கண்ணையும் அழகையுமுடைய வெள்ளாட்டுக் குட்டியைக் கொடுத் தான்.]

ஆஅங்கு, அவரும் பிறரும் அமர்ந்துபடை அளித்த
மறியும் மஞ்ஞையும் வாரணச் சேவலும்
பொறிவரிச் சாபமும் மானும் வாளும்
செறியிலை ஈட்டியும் குடாரியும் கணிச்சியும்
தெறுகதிர்க் கனலியும் மாலையும் மணியும்
வேறுவேறு உருவின்இவ் வாறிரு கைக்கொண்டு.

[அவ்வாறு அந்தத் தேவர்களும் வேறு தேவர்களும் விரும்பிப் படையாக அளித்த ஆடும், மயிலும், சேவற்கோழியும், புள்ளி களையும் கோடுகளையும் உடைய வில்லும், மானும், வாளும், இலை செறிந்த ஈட்டியும், கோடரியும், குந்தாலியும், சுடுகின்ற கதிரை யுடைய அக்கினியும், மாலையும், மணியும் ஆகிய இவற்றை வேறு வேறு உருவத்தோடு தன் பன்னிரண்டு திருக்கரங்களிலே ஏந்திக் கொண்டு.]

மறுவில் துறக்கத்து அமரர் செல்வன்றன்
பொறிவரிக் கொட்டையொடு புகழ்வரம்பு இகந்தோய்!

[புள்ளியும் கோடும் உடைய தாமரையின் கர்னிகையில் இருக்கும் பருவத்தில் அந்த இருக்கையோடு குற்றமற்ற சொர்க்கலோகத்தில் உள்ள தேவர் கோமானுடைய புகழின் எல்லையை விஞ்சிய பெரும்புகழை உடையோய்.

தொட்டிலிலே புகழ்படைத்தாய் என்றபடி. கொட்டை - பொகுட்டு; கர்னிகை.]

முருகன் திருவவதாரம் செய்த கணத்திலே தேவர் செருக்கை அடக்கித் தன் ஆற்றலைக் காட்டி னான். எல்லாம் வல்ல இறைவனாகிய சிவபிரானது சக்தியாகிய முருகவேளிடம் ஆற்றல் சான்ற அமரர் சக்திகளெல்லாம் படைகளாக உருவெடுத்து அடைந்து, அவன் ஏவலுக்கு அடங்கி ஒழுகும் நிலையில் இருந்தன. தேவர்களை அடக்கி ஆளும் திறலுடைய விறற்சேயாகிய முருகன் ஆயுதம் இன்றியே பெருவீரம் காட்டும் பெம்மானாக இருந்தான். தங்கள் பணிவையும் அன்பையும் காட்டும் பொருட்டே தேவர்கள் அவனுக்குப் படைக்கலங் களை வழங்கினார்கள்.

உதித்தபோதே வீர விளையாட்டைக் காட்டிப் பெரும் புகழ் பெற்ற பெருமான் முருகன். தேவ சேனாபதி என்ற பதவி தேவ அரசனுக்கு அடங்கியதன்று. தேவ மன்னன் வலியிழந்து நிற்கும்படி செய்தவன் அல்லவா முருகன்? அவன் தேவராஜனைக் காட்டிலும் மிக்க வலியும், மிக்க புகழும் உடையவன். புகழ் வரம்பு இகந்த இளமுருகன்.

இவ்வாறு, கடுவன் இளவெயினனார் என்னும் புலவர் பரிபாடலில் முருகனுடைய சிறப்பைப் பாடுவாராகி, முதலில் பொதுவகையில் அவனதுசிறப்பை எடுத்துரைத்தார். அப்பால் அவன் உயர்ந்தாருக்கு உயர்நிலையில் இருந்தும், தாழ்ந்தாருக்கு எளிய நிலையை மேற்கொண்டும் அருள் செய்யும் கருணைத் திறத்தை வியந்து பாராட்டினார். பிறகு அவர் காலத்து வழங்கிய முறைப்படி முருகன் திருவவ தாரக் கதையைச் சொன்னார். அவனது வீரத் திருவிளையாடலைக் கூறினார். பன்னிரு கைகளிலும் படைக்கலம் பூண்ட பண்பைப் பாடினார். ஓங்கு விறற் சேய், புகழ்வரம்பிகந்தோய் என்று பரவினார். பின்பு அவன்பால் அன்பு செய்து அருள் பெறுவதற்கு உரியவர் இன்னார் என்பதைச் சொல்ல வருகிறார். ஆண்டவனுடைய பெருமையைச் சொல்லி முடித்தவர் அடியார் இயல்பைச் சொல்கிறார்.

முருகனுடைய திருவருள் பெறுவதற்குச் சில தகுதி உண்டு. சில பொல்லாத இயல்பை உடை யவர்கள் அவனுடைய அருளைப் பெற இயலாது இல்லத்தில் நின்று ஒழுக்கத்தினின்றும் பிறழாமல் முருகனுடைய இயல்பை அறிந்து பிறர்பால் அன்பு பாலிக்கும் வகையில் அவனுக்குரிய இயல்பைத் தம்முடையனவாக ஆக்கிக் கொள்வோர் முருகனுடைய அருளுக்கு உரியவராவர். ஆருயிருக்கெல்லாம் அருளுடையவராகி விரதம் காத்துத் துறவறத்திற் சிறந்து நிற்கும் பெரியோர் அவன் பேரருள் வெள்ளத்திலே நீந்துவார்கள்.

அறம் உலகில் நிலைபெற்றால்தான் மனித வாழ்க்கை செவ்வி பெறும். அறத்தோடு அருளும் நிலைபெற்றால் மனித சாதி இன்பத்தை அடையும். பிறருக்கு ஈயும் தானத்தினாற் சிறந்த இல்லறமும், பிறருக்குத் துன்பம் செய்தலின்றித் தமக்கு வரும் துன்பத்தை ஆற்றி விரதம் இருக்கும் துறவறமும் உலக வாழ்க்கையில் மக்களுக்குப் பற்றுக் கோடாக இருப்பவை. தெய்வத்தைப் போற்றுபவர்கள் அறத்தையும் போற்றுவது கடமை. அறமின்றித் தெய்வம் இல்லை. தெய்வமே அறத்தின் உருவமாக இருப்பது. அறத்தைக் கொன்று மறத்தை வளர்ப்பவர் அசுரர். அவர் குலத்தை முதலறத் தொலைக்கத் திருவவதாரம் செய்தவன் முருகன். அறம் செய்வா ரெல்லாம் அவனுக்கு அன்பர். மறம் செய்வார் பகைவர். அவனுக்குப் பகைவர் என்று சொல் வதைவிட ஆருயிர்களுக்கே பகைவரென்று சொல்ல வேண்டும். ஆருயிர்களுக்குப் பகைவர்களே ஆண்ட வனுக்கும் பகைவர்கள்.

ஆண்டவனுடைய அருளுக்குப் பாத்திரமாவதற்கு அறம் செய்யவேண்டும். அறநெறி நின்றார் அருள்வழி நிற்பார். இவற்றையெல்லாம் நினைந்து முருகனடியாராகிய இளவெயினனார் மேலே சில செய்திகளைச் சொல்கிறார்.

பிரார்த்தனை

இல்லறம், துறவறம் என்னும் இருவகை அறங்களிலும் நின்று, வழுவாது தமக்குரிய செயல்களைச் செய்வார் உலகில் அறத்தையும் அன்பையும் அருளையும் வளர்ப்பவர்கள். அறம் இல்லாவிட்டால் உலகத்தில் உயிர்கள் வாழ இயலாது. அறநெறிபற்றி வாழும் ஆருயிர்களுக்குப் பகை, சினம் முதலிய தீய இயல்புகளைப் போக்கக் காரணமாக இருப்பது அன்பு. அந்த அன்புகொண்டு வாழும் மக்களுக்கு இறைவனது அருள் கிடைக்கும்.

இல்லறம், துறவறம் என்னும் அறநெறியில் நிற்பவர்கள் இறைவன் திருவருளைப் பெறுவார்கள். அல்லாதார் பெற இயலாது. அறத்தினின்று வழு வியவர் அன்பு செய்தும் பயன் இல்லை. முருகன் உலகில் அறநெறியை நிலைநிறுத்துவதற்குத் துணையாகிய திருவருளை உடையவன். அறத்தை அணியாகக் கொள்ளும் மக்கள் யாவரும் அவனுக்கு அடி யார்களே.

அறத்தை மேற்கொண்டவர்கள் முருகனுடைய அருளை உடையவர்கள். அவன் அருளின்றி அறம் செம்மை நெறியில் நடப்பது அரிது. இல்லறம் நன்கு நடைபெற வேண்டி முருகன் மணவாளத் திருக்கோலத்தோடு காட்சி அளிக்கிறான்.

ஞானநெறி பற்றித் தவம்புரியும் பெரியோர்களும் முருகனுக்கு அடியார்களே. அந்த ஞானியரை மாதவர்களெல்லாம் வழிபடுவார்கள்.

அறச் செல்வரும் ஞானச் செல்வருமாகிய இரு சாராரும் முருகனுக்குப் பிரியமானவர்கள். அல்லாதவர் அவனை அணுக முடியாது.

கடுவன் இள எயினனார் இந்தச் செய்தியைச் சொல்கிறார்.

"முருகா! உலகத்தில் அறத்தை மேற்கொண்டவர்கள் உன் குணமாகிய அருளை மேற்கொண்டவர் கள். அறம் நிரம்பிய இடத்தில் உன் அருள் தங்கும். அவர்கள் உன்னை அணுகும் தகுதி உடையவர்கள். என்றும் நிலைபெற்ற ஞானம் என்னும் இயல்புடையோர் பெருந் தவசிகளாலும் போற்றற் குரியவர்கள். அவர்களும் உன்னைச் சேர்ந்து அருள் பெறும் தகுதி உடையோர். அல்லாதவர்கள் உன்னை அணுகுவது இயலாத காரியம்."

அல்லாதவர் யார்? அவர்கள் இயல்பையும் ஓரளவு சொல்கிறார் புலவர். ஆருயிர்களிடத்தில் அன்பில்லாதவர் நெஞ்சம் தீய நெஞ்சம். அந்த நெஞ்சத்தில் சினம் நிலைபெற்றிருக்கும். பிறருக்குத் துன்பத்தை உண்டாக்குவதே அத்தகைய நெஞ்சத்தை உடையவர் வேலை. அசுரசாதி யென்பது அத்தகையவர்களின் கூட்டந்தான். அன்பில்லாத மக்கள் அவர்கள்.

அல்லாதாரில் இரண்டாவது வகையினர் அறத்தைச் சேராதவர்கள். அறம் இல்லாதவர்க்குப் புகழ் இல்லை. பிற சிறப்புக்கள் இருந்தாலும் அறத்தோடு சாராதவருக்கு அச்சிறப்புக்கள் சிறப்புக்கள் ஆகா. சிறப்பில்லாத புல்லியோர் கூட்டத்தில் சேரத்தக்கவர்கள் அவர்கள். "சிறப்பீனும் செல்வமும் ஈனும் அறத்தினூங்கு, ஆக்கம் எவனோ உயிர்க்கு" என்பது வள்ளுவர் வாய்மொழி. அறத்தை விட்டார் சிறப்பை விட்டாரே ஆவர்.

அல்லாதாருள் மூன்றாம் வகையினர் அருளை ஒழிந்தவர்; ஆருயிர்களுக்குத் தீங்கு நேர்ந்தால் வருந்தும் அருள் இல்லாதார்; தவக்கோலம் பூண்டும் விரதம் காவாமல் தவறிய மக்கள். இவர்கள் முருகன் அருளைப் பெறத் தகுதியில்லாதவர்கள்.

நான்காம் வகையினர் நாஸ்திகர்; மறுபிறப்பு இல்லை என்று கூறும் பேதையர். உயிர் பல பல பிறவிகளை எடுத்து இன்ப

துன்ப அநுபவங்களை அடைந்து, பிறகு ஞானம் பெற்று வீடு எய்தும் என்பது நம் நாட்டு நூல்களின் துணிபு. இந்தப் பிறவியில் ஓரளவு முயன்றாலும், அந்த முயற்சியின் பயன் மறுபிறவியிலும் தொடர்ந்துவரும் என்ற நம்பிக்கை யினால், மனிதன் இயன்ற அளவு நன்மை செய்ய எண்ணுகிறான். மறுபிறப்பு இல்லையென்று சொல்பவர்கள் முருகன் அருளை உணர இயலாது.

திருமுருகாற்றுப்படையில் ஓரிடத்தில் குறமகள் முருகனை வழிபடும் காட்சி வருகின்றது. அவள் விரதம் இருந்து பூசை போடுகிறாள். குறிஞ்சி நிலத்து மக்கள் யாவரும் கூடி அவள் வழிபாட்டைக் கவனித்து ஈடுபடுகிறார்கள். வாத்தியங்கள் முழங்க ஆடிப் பாடி முருகனைத் துதிக்கிறார்கள். அப்போது குறமகளுக்கு ஆவேசம் வருகிறது. எங்கும் முருகனது நினைவும் முருகனது புகழொலியும் நிரம்பி யிருக்கும் அந்தச் சூழலில் வேடிக்கை பார்க்க வந்த சிலர் இருக்கிறார்கள். வேடிக்கை பார்ப்பதோடு நில்லாமல், "எல்லாம் சுத்தப் பைத்தியக்காரத்தனம்! கடவுளாவது ஒன்றாவது!" என்று பரிகாசம் செய்யும் இயல்பை உடையவர்கள் அவர்கள்.

குறமகள் ஆடும்போது அங்கிருந்த மக்கள் அனைவரும் உலக நினைவே இன்றி ஆடுகிறார்கள். இந்தச் சூழலில் வேடிக்கை பார்க்க வந்தவர்கள் கூடத் தம்மை மறக்கின்றனர். அவர்கள் நெஞ்சு அடித் துக்கொள்கிறது. முரண்பாடான கொள்கையை யுடைய அவர்கள் அஞ்சுகிறார்கள். அவர்கள் அஞ்சும்படியாக அந்தக் குறமகள் முருகனையே வருவித்துவிட்டாள்!

முரணினர் உட்க, முருகாற்றுப் படுத்த
உருகெழு வியன் நகர்

என்று வருகிறது பாட்டு. அங்கே முரணினர் என்பதற்கு, "தெய்வம் இல்லையென்று சொல்லும் மாறுபாட்டை உடையவர்" என்று நச்சினார்க்கினியர் உரை எழுதுகிறார். கடவுள் இல்லை, மறுபிறப்பு இல்லை என்பவரை நாஸ்திகர் என்று சொல்வார் கள். திருமுருகாற்றுப்படையிலே வரும்

நாஸ்திகரைப் போலப் பரிபாடலிலும் கடுவன் இளவெயினனார் ஒருவகை நாஸ்திகரைச் சொல்கின்றார். 'மறு பிறப்பு இல்லையென்று சொல்லும் அறிவிலிகள்' என்று குறிக்கின்றார். அவர்களும் முருகன் தாள் நிழலை அணுகும் தகுதியில்லாதவர்கள்.

இல்லற நெறிநின்று அறம் வளர்ப்போரும், துறவற நெறி நின்று ஞானம் நிரம்பியவரும் முருகன் தாள் நிழலை அடைவார்கள். தீய நெஞ்சம் படைத்த கோபிகளும், அறவுள்ளம் இல்லாதாரும், துறவுவேடம் பூண்டு விரதத்தில் தவறியவர்களும், மறுபிறப்பு இல்லையென்போரும் அடையமாட்டார் கள்.

நின்குணம் எதிர்கொண்டோர்
அறங்கொண்டோர் அல்லதை
மன்குணம் உடையோர்
மாதவர் வணங்கியோர், அல்லதை.

[நின் இயல்பாகிய அருளை ஏற்றுக்கொண்டோராகிய அற நெறி மேற்கொண்டோரையன்றி, நிலைபெற்ற ஞானத்தை உடையவரும் தவமுனிவரால் வழிபடப் பெற்றோருமாகிய ஞானியரை யன்றி.]

செறுதீ நெஞ்சத்துச் சினம் நீடி னோரும்
சேரா அறந்துச் சீரி லோரும்
அழிதவப் படிவத்து அயரி யோரும்
மறுபிறப்பு இல்லெனும் மடவோரும்
சேரார் நின் நிழல்.

[உயிர்களுக்குத் தீங்கு செய்யும் தீய நெஞ்சத்தில் கோபம் தங்கியிருப்பவர்களும், தர்மத்தைச் சேராமல் சிறப்பின்றி இருப்பவர்களும், கெட்ட ஒழுக்கத்தால் அழிந்த தவமும் விரதத்தைக் கைவிட்ட தளர்ச்சியும் உடையவர்களும், மறுபிறப்பு இல்லை யென்று சொல்லும் பேதையரும் நின் தாள் நிழலைச் சேரமாட்டார்கள்.

செறுதல் - தீங்கு விளைத்தல். படிவம் - விரதம். அயரி யோர் - வழுவியவர்.]

அன்னோர் அல்லது இன்னோர் சேர்வர்.

[அத்தகையவர்கள் அல்லாத இத்தகைய நற்குணம் உடையோர் நின் தாள் நிழலைச் சேர்வர்.]

நிழல் என்றது வீடுபேற்றை என்றும் அழியாத இன்ப வீடு இறைவனது தாள். இறைவன் திருவடியே வீடாக இருப்பது. உலகியலிலும் 'நிற்க நிழல்' என்று வீட்டைக் குறிப்பதுண்டு. அழிவற்ற நிழலாக இருப்பது மோட்சமாகிய வீடு. அதுவே இறைவனது திருவடி. அந்த நிழலை அடையும் தகுதி உடையவர்களையும், தகுதி இல்லாதவர்களையும் ஒருவாறு குறித்தார் புலவர்.

பிறகு தம்முடைய விருப்பத்தைத் தெரிவித்துப் பிரார்த்தனை செய்கிறார். இறைவனிடம் நாம் எதை வேண்டுவது? வீடு வேண்டுமென்று கேட்கலாம். ஆனால் சிறந்த பக்தர்கள் அப்படிக் கேட்பதில்லை; அவன் அடியார்களுக்குத் தொண்டு செய்வதையே விரும்புவார்கள். ஆருயிர்கட்கெல்லாம் நான் அன்பு செய்தல் வேண்டும் என்று கேட்பார்கள்.

உலகியலில் ஈடுபட்டவர்கள் கேட்கும் பொருள்கள் எவை? அவர்களுக்கு உலக வாழ்வுதான் நிலையானது. ஆகவே பலவகைப் பொருள் வேண்டு மென்று கேட்பார்கள்; பொருள்களைக் குறைவறப் பெறுவதற்குரிய பொன் வேண்டுமென்று கேட்பார்கள். பொருளும் பொன்னும் நிரம்ப இருந்தும் அவற்றால் இன்பம் துய்க்காமல் இருப்பவர்களும் உலகில் உண்டு. அப்படியின்றிப் பொருளும் பொன்னும் நிரம்பிய வாழ்வில் போகம் நிரம்பத் துய்க்கவேண்டும் என்று வேண்டிக் கொள்வார்கள்.

புலவர் இவற்றைக் கேட்கவில்லை. முருகனது பெருமையையும் அவன் அருளைப் பெறும் அடியவர் களது

இயல்பையும் உணர்ந்தவர் ஆதலின் அவர் நிலையற்ற இவற்றை விரும்பவில்லை.

ஆதலின் யாஅம் இரப்பவை
பொருளும் பொன்னும் போகமும் அல்ல

[ஆகையால், யாம் நின்னிடம் வேண்டுமென்று கேட்பவை பொருளும் பொன்னும் இன்ப நுகர்ச்சியும் அல்ல.]

செல்வரிடம் சென்று ஒருவேளைச் சோறு போடு என்று ஒருவன் கேட்கிறான்; மற்றொருவன் ஒரு மூட்டை நெல் வேண்டுமென்று கேட்கிறான்; வேறொருவன் ஒரு காணி நிலம் வேண்டுமென்று கேட்கிறான். இந்த மூவரிலும் நிலத்தைக் கேட்கிறவன்தான் சாமர்த்தியசாலி. எதைக் கேட்டாலும் கொடுக்கும் வள்ளலிடத்தில் போவது பெரிதல்ல; அவனிடம் எதைக் கேட்க வேண்டுமென்று ஆராய்ந்து கேட்கவேண்டும்.

புலவர் இந்தக் கலையில் வல்லவர். எப்போதும் சோறு போடும் நிலத்தை யாசிப்பவரைப் போல முருகனிடம் வேண்டிக் கொள்கிறார்.

"முருகா, உருளுகின்ற பூக்கள் கொத்துக் கொத்தாகப் பூக்கும் க்டம்பமாலையை அணிந்த பெருமானே! உன் பெருமையை உணர்ந்திருக் கிறோம். புரந்தராதியர் பெற்ற பொருளும் குபேரன் பெற்ற பொன்னும் அமரர் பெற்ற போகமும் நின் அருள் பெறாவிடில் வீணாகி ஒழிவதை நாங்கள் உணர்வோம். உன் அருள் இல்லாத இடத்தில் அன்பு இல்லை. அன்பு இல்லாத இடத்தில் அறம் இல்லை. அறம் இல்லாவிட்டால் வாழ்வு இல்லை. ஆகவே, உன்னிடத்தில் அடியார்களாகிய நாங்கள் வேண்டும் பொருள் மூன்று. பிறர் வேண்டும் பொருள்களும் மூன்றே. பொருள், பொன், போகம் என்னும் மூன்றையும் அவர்கள் வேண்டுகிறார்கள். எங்களுக்கு அவை தாமே வரும். உன்னை அணுகி அவற்றையா வேண்டுவது? எங்களுக்கு வேண்டும் பொருள்கள் வேறு. பொருள் அல்ல; பண்புகள். முதலில் முருகா, நின் திருவருள் வேண்டும்; அந்த

அருளே புணையாகப் பற்றி ஆருயிர்களிடத்தில் மாறாமல் செய்யும் அன்பு வேண்டும்; அருளும் அன்பும் கொண்டு அறம்புரியும் திறம் வேண்டும். அருள், அன்பு, அறம் என்ற இந்த மூன்றும் குறைவறப் பெற்றால் எங்களுக்குக் கைகூடாதது வேறொன்றும் இல்லை. உன் அருள் உயிர்களிடத்தில் அன்பு செய்யத் துணையாகும். அந்த அன்பைச் செயலிலே காட்டுவதே அறம். ஆகவே இந்த மூன்றையும் எங்களுக்கு வழங்கவேண்டும் அப்பா!"

என்ன அழகான பிரார்த்தனை ! அருளால் அன்பும் அன்பினால் அறமும் நிரம்பினால் உலக முழுவதும் இன்ப வீடாகிவிடும். வீடு என்ற மோட் சம் இந்த உலகத்துக்கே வந்துவிடும். உலக முழு வதுமே உய்யவேண்டும் என்ற நோக்கம் உள்ள சான்றோருக்குத்தான் இப்படிப் பிரார்த்தனை செய்யும் உணர்வு வரும்.

நின்பால்
அருளும் அன்பும் அறனும் மூன்றும்
உருள் இணர்க் கடம்பின் ஒலிதா ரோயே!

[உருளுகின்ற பூங்கொத்தையுடைய தழைத்த கடம்ப மாலையை அணிந்தவனே, (யாம் உன்னிடத்தில் வேண்டுமென்று இரக்கும் பொருள்கள்) நின்னிடத்தில் அமைந்துள்ள அருளும், அன்பும், அறமும் ஆகிய இம் மூன்றுமே.]

அருளென்னும் பொருளும் அன்பென்னும் பொன்னும் அறமென்னும் போகமும் வேண்டுகிறார். புலவர். இந்த மூன்றும் ஒன்றோடு ஒன்று தொடர்புடையவை. அருளல்லாத மருளும், அன்பல்லாத பகைமையும், அறமல்லாத மறமும் வளரும் இடம் அசுர லோகம். அருள், அன்பு, அறம் ஆகிய மூன்றும் தெய்விகப் பண்புகள். மனிதன் இந்த மூன்றையும் பெற்றால் தெய்வமாகி விடுகிறான். இவற்றிற்கு மறுதலையாகிய மருள், பகை, மறம் என்ற இயல்புகள் உலகில் வளர இடம் கொடுத்தல் ஆகாது. கடவுளின்

பெருமையையும் ஆற்றலையும் உணராத மருளும், ஆருயிர்களிடத்தில் மன நெகிழ்ச்சி பெற்று அன்பு செய்யாத பகையும், செய்யும் செயலை நன்மை பயக்கும் வண்ணம் அற நெறி நின்று செய்யாத மறமும் உலக வாழ்வை நரகமாக்குகின்றன. உலகில் அருளும் அன்பும் அறமும் ஒருசார் இருக்கின்றன. மருளும் பகையும் மறமும் ஒருபால் தாண்டவமாடுகின்றன. மருள் முதலிய மூன்றும் தலைமைபெற்று அரசாளுவதனால் அணுக்குண்டும் அடக்குமுறையும் போர்களும் நிகழ்கின்றன. அமைதி குலைகிறது. மக்களின் உயிரும் உள்ளமும் உடம்பும் அழிகின்றன. அருளால் உயிர் தழைக்கும்; அன்பால் உள்ளம் தழைக்கும்; அறத் தால் உடல் தழைக்கும். முருகன் இந்த மூன்றையும் உலகில் மலியும்படி செய்யும் தெய்வம். ஆகவே அப் பெருமானிடத்தில் புலவர் இந்த மூன்றையும் வேண்டுகிறார்.

இரண்டாயிரம் ஆண்டுகளுக்கு முன்பே இத்தகைய சிறந்த நிலையில் முருகனைத் தமிழர் வழிபட் டிருக்கிறார்கள். இந்த உலக வாழ்வைச் சுயநலத்தோடு அநுபவிக்கும் ஆசை புலவருக்கு இல்லை. உலகத்தினின்றும் நீங்கி எங்கோ உள்ள மோட்ச லோகத்தில் வாழும் ஆசையும் இல்லை. இந்த உலகத்தையே இன்ப உலகமாக்க விரும்புகிறார். அருள் வித்திட்டு அன்புப்பயிர் விளைத்து அறமென் போகத்தை ஆருயிரனைத்தும் நுகரும்படி செய்யவேண்டு மென்பது அவர் ஆர்வம். அவர் செய்யும் பிரார்த்தனை இந்த ஆர்வத்தை உள்ளடக்கியது. அதைக் காட்டிலும் சிறந்த வேண்டுகோளைக் காண்பது அரிது.

யாஅம் இரப்பவை
பொருளும் பொன்னும் போகமும் அல்ல,
நின்பால் அருளும் அன்பும் அறனும் மூன்றும்,
உருளிணர்க் கடம்பின் ஒலிதா ரோயே !

என்ற பிரார்த்தனையை உலக முழுவதுமே முருகனிடம் விண்ணப்பித்துக் கொள்ளலாம்.

இந்த அரிய கருத்துக்களையுடைய பாடல், பரி பாடலென்னும் தொகை நூலில் ஐந்தாவது செய்யுளாக விளங்குகிறது. அந்தக் காலத்தில் இந்தப் பாட்டை ராகத்தோடு பாடினார்கள். பாலைப் பண்ணில் பாடினார்களென்று தெரிகிறது. இந்தப் பண்ணை அமைத்தவர் கண்ணன் நாகனார் என்ற புலவர்.

பாடல் முழுவதையும் இப்போது சேர்த்துப் பார்க்கலாம்.

செவ்வேள்

பாயிரும் பனிக்கடல் பார்துகள் படப்புக்குச் சேய்உயர்
பிணிமுகம் ஊர்ந்து அமர் உழக்கித் தீ அழல் துவைப்பத்
திரியவிட்டு எறிந்து நோயுடை நுடங்குசூர் மாமுதல் தடிந்து

வெற்றியின் மக்களுள் ஒருமையொடு பெயரிய
கொன்றுஉணல் அஞ்சாக் கொடுவினைக் கொல்தகை
மாய அவுணர் மருங்கு அறத் தபுத்தவேல் நாவலந்
தண்பொழில் வடபொழில் ஆயிடைக் குருகொடு
பெயர்பெற்ற மால்வரை உடைத்து

மலையாற்றுப் படுத்த மூவிரு கயந்தலை!
'மூவிரு கயந்தலை, முந்நான்கு முழவுத்தோள் ஞாயிற்றுஏர்
நிறத்தகை; நளினத்துப் பிறவியை; காஅய் கடவுள் சேஎய்!
செவ்வேள்! சால்வ!தலைவ! எனப் பேசு விழவினுள்

வேலன் ஏத்தும் வெறியும் உளவே;
அவை - வாயும் அல்ல; பொய்யும் அல்ல; நீயே
வரம்பிற்றுஇவ் வுலகம் ஆதலின் சிறப்போய்! சிறப்பின்றிப்
பெயர்குவை; சிறப்பினுள் உயர்புஆகலும்

பிறப்பினுள் இழிபு ஆகலும்
ஏனோர் நின் வலத்தினதே;
ஆதி அந்தணன் அறிந்து பரிகொளுவ
வேத மாபூண் வையத்தேர் ஊர்ந்து நாகம்
நாணா மலைவில் ஆக

மூவகை -ஆரெயில் ஓர்அழல் அம்பின் முளிய
மாதிரம் அழலஎய்து அமரர் வேள்விப் பாகம் உண்ட
பைங்கட் பார்ப்பான் உமையொடு புணர்ந்த
காம வதுவையுள் அமையாப் புணர்ச்சி அமைய, நெற்றி

இமையா நாட்டத்து ஒருவரம் கொண்டு
விலங்குஎன விண்ணோர் வேள்வி முதல்வன்,
விரிகதிர் மணிப்பூண் அவற்குத்தான் ஈத்தது அரிதென
மாற்றான் வாய்மையன் ஆதலின், ஈரிகனன்று
ஆனாக் குடாரிகொண்டு அவன் உருவு

திரித்திட் டோன், இவ் வுலகேழும் மருளக்;
கருப்பெற்றுக் கொண்டோர், கழிந்தசேய் யாக்கை
நொசிப்பின் ஏழுறு முனிவர் நனிஉணர்ந்து;
வசித்ததைக் கண்டம் ஆக மாதவர்,
மனைவியர் நிறைவயின் வசிதடி சமைப்பிற்

சாலார்,தானே தரிக்கென அவர்அவி
உடன்பெய் தோரே, அழல்வேட்டு; அவ்வவித்
தடவுநிமிர் முத்தீப் பேணிய மன்எச்சில்
வடவயின் விளங்குல் உ றைஎழு மகளிர்
கடவுள் ஒருமீன் சாலினி ஒழிய

அறுவர் மற்றையோரும் அந்நிலை அயின்றனர்;
மறுவறு கற்பின் மாதவர் மனைவியர்
நிறைவயின் வழாஅது நிற்சூ லினரே; நிவந்துஓங்கு
இமயத்து நீலப் பைஞ்சுனைப் பயந்தோர் என்ப,
மதுமத்துப் பாயல்;

பெரும்பெயர் முருக!நிற் பயந்த ஞான்றே
அரிதுஅமர் சிறப்பின் அமரர் செல்வன்
எரிஉமிழ் வச்சிரங்கொண்டு இகந்துவந்து எறிந்தென
அறுவேறு துணியும் அறுவர் ஆகி
ஒருவனை வாழி! ஓங்குவிறற் சேஎய்!

ஆரா உடம்பின் நீ அமர்ந்துவிளை யாடிய
போரால் வறுங்கைக்குப் புரந்தரன் உடைய
அல்லல்இல் அனலன் தன்மெய்யிற் பிரித்துச் செல்வ
வாரணம் கொடுத்தோன்; வானத்து வளங்கெழு
செல்வன்தன் மெய்யிற் பிரித்துத்

திகழ்பொறிப் பீலி அணிமயில் கொடுத்தோன்;
திருந்துகோல் ஞமன்தன் மெய்யிற் பிரிவித்து
இருங்கண் வெள்யாட்டு எழில்மறி கொடுத்தோன்;
ஆஅங்கு - அவரும் பிறரும் அமர்ந்துபடை அளித்த
மறியும் மஞ்ஞையும் வாரணச் சேவலும்

பொறிவரிச் சாபமும் மானும் வாளும்
செறிஇலை ஈட்டியும் குடாரியும் கணிச்சியும்
தெறுகதிர்க் கனலியும் மாலையும் மணியும்
வேறுவேறு உருவின் இவ் வாறிரு கைக்கொண்டு
மறுவில் துறக்கத்து அமரர் செல்வன்தன்

பொறிவரிக் கொட்டையொடு புகழ்வரம்பு இகந்தோய்!
நின்குணம் எதிர்கொண்டோர்
அறங்கொண்டோர் அல்லதை,
மன்குணம் உடையோர்
மாதவர் வணங்கியோர் அல்லதை,
செறுதீ நெஞ்சத்துச் சினம் நீடி னோரும்
சேரா அறத்துச் சீரி லோரும்

அழிதவப் படிவத்து அயரி யோரும்
மறுபிறப்பு இல்லெனும் மடவோரும் சேரார்
நின் நிழல்; அன்னோர் அல்லது இன்னோர் சேர்வார்;
ஆதலின், யாஅம் இரப்பவை
பொருளும் பொன்னும் போகமும் அல்ல, நின்பால்

அருளும் அன்பும் அறனும் மூன்றும்
உருள் இணர்க் கடம்பின் ஒலிதா ரோயே!

கடவுள் வாழ்த்து.
கடுவன் இளவெயினனார் பாட்டு.
கண்ணன் நாகனூர் இசை.
பண்ணுப் பாலையாழ்.

எது சரி?

முருகக் கடவுளைப் பாடிய புலவர்களில் பலரை நாம் மறந்து விட்டோம். அதற்கு இரண்டு காரணங்கள் உண்டு. ஒன்று: அவர்கள் பாடிய பாடல்கள் தமிழ்நாட்டில் தொடர்ந்து வழங்கவில்லை.

இடைக் காலத்தில் அவர்கள் பாடிய பாடல்களைக் கவனிப் பாரே இல்லாமற் போயினர். கடைச் சங்க காலத்து நூல்களாகிய பத்துப்பாட்டு, எட்டுத்தொகை என்பவற்றில் அப் பாடல்கள் உள்ளன. அவற்றைப் படியாமல் பாடஞ்சொல்லாமல் இடையிலே சில காலம் தூங்கிக் கொண்டிருந்தார்கள். இறைவன் திருவருளால் மகாமகோபாத்தியாய டாக்டர் ஐயரவர்கள் தோன்றிச் சங்க நூல்களை மீட்டும் உருவாக்கித் தமிழுலகத்துக்கு வழங்கினார்கள். அவர்களுடைய பெரு முயற்சியால் அந்தப் பழம் பாடல்களைத் தமிழ்நாடு முழுவதும் இன்று படித்து இன்புறுகிறது.

அந்தப் பாடல்களின் நடைக்கும் பிற்காலக் கவிகளின் நடைக்கும் மிக்க வேறுபாடு உண்டு. மரபு தெரியாமல் பழக்கம் இல்லாமல் படிக்கத் தொடங்கினால் அவை மயக்கத்தை உண்டாக்கும். அதனால் அவற்றை யாவரும் படித்துப் பாராட்ட இயலாமற் போயிற்று.

இரண்டாவது காரணம்: முருகனது புகழை அமுததாரை போன்ற கவித்துவத்தைப் பெற்ற அருணகிரிநாதர் மிக விரிவாகப் பாடியருளினார்.

அவருடைய சரளமான வாக்கில் ஈடுபட்ட பிறகு, கடினமான பிற பாடல்களை ஆராய எல்லோ ருக்கும் உள்ளம்

செல்வதில்லை. அப்படியே எடுத்து விழுங்கும் அல்வா எளிதிலே கிடைக்கும்போது, பல்லை உடைக்கும் பொரிவிளங்காய் உருண்டையைக் கடித்துக் கொண்டிருக்க விரும்புபவர் யார்?

ஆயினும், முருகனுடைய பெருமையையும், தமிழ் நாட்டார் பண்டைப் பழங்கால முதலே அப்பெருமானை வழிபட்டு வரும் சிறப்பையும், அவர்கள் வழிபட்டு வந்த முறைகளையும் நன்றாக உணரவேண்டுமானால், அந்தப் பழம் பாடல்களைப் படித்துத் தெளிய வேண்டும். முருகனைத் தமிழ்த் தெய்வ மென்று கொண்டாடுகின்றோம். ஏன் அப்படிச் சொல்ல வேண்டும்? மற்ற நாட்டினருக்கெல்லாம் அவன் தெய்வம் அல்லவா? இத்தகைய கேள்விக்குத் தக்க விடைகள் வேண்டுமாயின், அந்தப் பழைய நூல்களில் உள்ள செய்திகளை ஆராயவேண்டும்.

திருமுருகாற்றுப் படை இன்றும் முருகன் அடியார்களால் பாராயணம் செய்யப்பெற்று வருகின்றது. பழைய பாடல்களில் அது ஒன்றுதான் நடுவில் மறைந்து போகாமல் தமிழ் நாட்டில் உலாவி வருகின்றது. சங்கநூல்கள் அத்தனையும் மறைந்து போயிருந்தாலும், திருமுருகாற்றுப்படை ஒன்று மாத்திரம் நின்றிருக்கும். பனையேட்டில் எழுதிய தோடு நில்லாமல், பக்தர்கள் அதனைத் தங்கள் மன ஏட்டில் எழுதிப் பாராயணம் செய்து பாதுகாத்துவந் தார்கள். முருகனுடைய சிறப்பை மிக விரிவாகச் சொல்லும் இயல்பினால் அந்த நூல் மறையாமல் மங்காமல் நின்று ஒளிர்கிறது. அந்த நூலை இயற்றிய சிறப்பினால், நக்கீரரையும் தமிழுலகம் மறக்கவில்லை. அருணகிரிநாதர் மிக அருமையாக அப்பெரும்புலவரைப் பாராட்டியிருக்கிறார்.

இத்தகைய சிறப்புப் பெற்ற திருமுருகாற்றுப் படையும் எளிதில் விளங்கும் நூலாகப் பலருக்குத் தோன்றவில்லை. அதுவும் பண்டைப் பழைய நூல்களில் ஒன்றாக இருப்பதுதான் காரணம். இக்காலத்தில் வழங்காத பல

சொற்கள் அந்நூலில் உள்ளன. இக்காலத்தில் வழங்காத வழக்கங்களை அதில் இக்காலத்தினருக்கு முரண்பாடாகத் தோற்றும் சில செய்திகளைக்கூட அதில் காணலாம். காலந்தோறும் மனிதனுடைய பேச்சில் சில மாற்றங்கள் உண்டாகின்றன; செய்கையில் சிறு வேறுபாடுகள் அமைகின்றன; எண்ணங்களிலும் கொள்கைகளிலும் சில மாறுபாடுகளைப் பார்க்கலாம். இந்த வேறுபாடுகளைப் பண்டை நூல்களைப் படித்து உணரலாம். முருக வழிபாட்டிலும், முருகனைப் பற்றிய வரலாறுகளிலும் இப்படியே சில வேறுபாடுகள் இருப்பதைக் காணலாம்.

திருமுருகாற்றுப்படையில் உள்ள சில செய்திகள் பிற்காலத்து நூல்களால் விளங்கா. நக்கீரர் காலத்திலும் அதற்கு முற்பட்ட காலத்திலும் எழுந்த நூல்களைக் கொண்டே அச்செய்திகளைத் தெளிந்து கொள்ளவேண்டும். பரிபாடலில் உள்ள முருகனைப் பற்றிய பாடல்களும், பிற சங்கநூலில் வரும் பாடல்களும் இந்த விளக்கத்தைப் பெற உதவும். ஆகவே அந்தப் பாடல்களின் கருத்தைத் தெரிந்துகொள்வதனால் நம்முடைய கொள்கையை மாற்றிக் கொள்ள வேண்டும் என்ற அவசியம் இல்லை. பழைய வழக்கமே மீண்டும் வரவேண்டும் என்ற வற்புறுத்தலும் இல்லை. சங்க காலத்துக்குப் பின் எழுந்த நூல்களில் கூட இந்த வேறுபாடுகளைக் காணலாம்.

ஒரு சிறிய உதாரணத்தைப் பார்க்கலாம். திரு. ஞான சம்பந்தமூர்த்தி நாயனார் முருகனுடைய திரு அவதாரம் என்பது ஒரு சாரார் கொள்கை; சேக்கிழார் காலத்தில் வாழ்ந்த ஒட்டக்கூத்தர், திருஞான சம்பந்தரை முருகவேளின் அவதாரமாகவே சொல்கிறார்.

அவர் இயற்றிய தக்கயாகப் பரணி என்னும் நூலில் திருஞானசம்பந்தர் சமணர்களை வாதில் வென்ற கதை வருகிறது. தேவி அந்தக் கதையைச் சொல்லும்படி ஏவ, கலைமகள் கதையைச் சொல்கிறாள். தேவி ஏவுவதாக உள்ள பாட்டு வருமாறு:

வருகதை, தெய்வமகளென் மருமகள் வள்ளிவதுவை மனமகிழ்
பிள்ளைமுருகன் மதுரையில் வெல்லும் இனிய தொருகதை
சொல்லு, தவள ஒளிவிரி செவ்விமுளரி
ஒளிதிகழ் அல்லி கமழும் ஒருமனை வல்லி எனவே.

'வெள்ளிய ஒளி விரிகின்ற செவ்வியை யுடைய தாமரையின் அகவிதழ் மணம் வீசுகின்ற இடத்தையே மனையாகக் கொண்ட கலைமகளே, நீ இப்போது ஒரு கதையைச் சொல்வாயாக; தெய்வப் பெண்ணும் எனக்கு மருமகளுமாகிய வள்ளியை மணம் செய்து மனமகிழ்ந்த பிள்ளையாகிய முருகன் மதுரையில் வெற்றி பெற்ற அந்த இனிய கதையைச் 'சொல்' என்று தேவி கேட்கிறாள்.

இங்கே தெளிவாக, 'முருகன் மதுரையில் வெல்லும் இனியதொரு கதை' என்று ஞானசம்பந்தரை முருகனாகவே அம்பிகை சொல்கிறாள்.

பிற்காலத்தில் வந்த பல புலவர்கள் ஞானசம்பந்தரை முருகன் திருவவதாரமாகவே பாடுகின்றார்கள். அருணகிரி நாதர் பல இடங்களில் ஞானசம் பந்தர் முருகன் திருவவதாரம் என்பதைப் பலவகையிலே சொல்லுகிறார்.

ஆனால் சேக்கிழார் பெரிய புராணத்தில் முருகனுடைய திருவவதாரமே ஆளுடைய பிள்ளையார் என்று கூறவில்லை. சுந்தரமூர்த்தி நாயனார் ஆலால சுந்தரரின் திருவவதாரம் என்று பாடிய அவர் சம்பந்தப் பெருமானை முருகன் திருவவதார மென்று சொல்லவில்லை. அப்பெருமான் உமாதேவியாருடைய திருமுலைப்பாலை உண்டமையாலும், இறைவனைச் சற்புத்திர மார்க்கத்தில் வழிபட்டமையாலும் ஆளுடைய பிள்ளையார் என்ற திருநாமம் பெற்றார். பிள்ளையார், ஆளுடைய பிள்ளையார், இறைவர் திருமகனார் என்று வரும் இடங்களில் எல்லாம் முருகன் அவதாரம் என்று கொள்வார் சிலர்.

அது சேக்கிழார் கொள்கை அன்று. அவ்வாறாயின் வெளிப் படையாகவே அவர் எங்கேனும் ஓரிடத்தில் சொல்லி யிருப்பார்.

சேக்கிழாருக்கு முன் திருஞானசம்பந்த மூர்த்தி சுவாமிகளைப் பாடினவர் நம்பியாண்டார் நம்பி. சுந்தரமூர்த்தி சுவாமிகள் பாடிய திருத்தொண்டத் தொகையைச் சற்று விரித்துத் திருத்தொண்டர்

திருவந்தாதி பாடியவர் அப்பெரியார். சேக்கிழார் தம்முடைய பெரிய புராணத்துக்கு மூலமாகத் திருத் தொண்டத் தொகையையும், திருத்தொண்டர் திருவந்தாதியையும் வைத்துக்கொண்டார்.

நம்பியாண்டார் நம்பி பாடிய ஆளுடைய பிள்ளையார் திருக்கலம்பகம் என்னும் நூலில் ஒரு பாட்டு வருகிறது. அங்கே சம்பந்தப்பெருமான் முருக வேளுடைய அவதாரம் என்று நினைப்பதற்குரிய குறிப்பு ஒன்று இருக்கிறது. பாட்டு அகத்துறையில் அமைந்தது. தோழி தலைவனைப் பார்த்துச் சொல் கிறாள். "அயலாரெல்லாம் நின் காதலியை மணம் பேசுவதற்காக வரப்போகிறார்கள். அதற்கு முன் நீ இவளை மணந்து கொள்ளவோ, அழைத்துச் செல்லவோ வேண்டும்" என்று அறிவுறுத்துகிறாள்.

சரதம், மணமலி பரிசம் வருவன.
தளர்வில் புகலியர் அதிபன், நதிதரு
வரதன், அணிதமிழ் விரகன், மிகுபுகழ்
மருவு சுருதிநன் மலையின் அமர்தரு
விரதம் உடையை நின் இடையி னவள்மனம்
விரைசெய் குழலியை அணைவ தரிதென
இரதம் அழிதர வருதல் முனம் இனி
எளிய தொருவகை கருது மலையனே

என்பது 23-ஆவது பாட்டு. தலைவனைப்பற்றிச் சொல்கையில், 'நீ ஞானசம்பந்தப் பெருமானுக்குரிய சுருதி மலையில் தங்குகின்ற விரதம் உடையாய்' என்று பாட்டுடைத்

தலைவராகிய சம்பந்தப் பெருமான் செய்தி வருகிறது. அங்கே, அப்பெருமானை நம்பியாண்டார் நம்பிகள் வருணிக்கிறார். தளர்வில் புகலியர் அதிபன், நதி தரு வரதன், அணிதமிழ் விரகன் என மூன்று தொடர்கள் வருகின்றன. சீகாழிப் பெருமான், தமிழ் விரகன் என்பன யாவரும் தெளிந்து கொள்ளக் கூடியனவே. நதி தரு வரதன் என்ற தொடரை மாத்திரம் சற்று ஆய்ந்து சிந்திக்க வேண்டும். நதியைத் தரும் வரதன் என்றோ, நதியால் தரப்பெற்ற வரதன் என்றோ அதற்குப் பொருள் கொள்ளலாம். சம்பந்தர் எந்த நதியையும் உண்டாக்கியதாக வரலாறு இல்லை. ஆகவே, நதியால் தரப்பெற்ற வரதன் என்பதுதான் பொருத்தமாக இருக்கவேண்டும். ஞானசம்பந்தர் எந்த நதியால் தரப்பெற்றவர்? சம்பந்தர் வரலாற்றில் அந்தச் செய்தியையும் காண முடியாது. ஆனால் சம்பந்தர் முருகனுடைய திருவவதாரம் என்ற நினைவோடு பார்த்தால் இத் தொடருக்குப் பொருள் விளங்கிவிடும். கங்கா நதியால் தரப்பெற்ற வரதனல்லவா முருகன்? காங்கேயன் என்ற திருநாமம் அதனால் அன்றோ அமைந்தது?

ஆயிர முகத்து நதி பாலனும்,நதிபுத்திர

என்று நதிதரு வரதனைப் பாடுகின்றார் அருண கிரிநாதர்.

ஆதலின் நம்பியாண்டார் நம்பிகளுக்கும் திருஞானசம்பந்தர் முருகன் திருவவதாரம் என்பது உடம்பாடே என்று கொள்ளலாம்.

இவ்வாறு இருக்க, ஒரு சாரார் இந்தக் கொள்கையை மறுப்பதற்குக் காரணம் என்ன? தக்க காரணம் இருக்கிறது. 'ஞானசம்பந்தப் பெருமான் ஒரு தந்தைக்கும் தாய்க்கும் புதல்வராகத் தோன்றினார். இவ்வாறு பிறத்தல் இறைவனுக்கு ஏற்புடையதன்று. ஆதலின் முருகனுடைய அவதாரமாகக் கூறுதல் பொருந்தாது' என்பதே இந்த அன்பர்களின் எண்ணம்.

அருணகிரிநாதர்,

பெம்மான் முருகன் பிறவான் இறவான்

என்று பாடினார். அவரே ஞானசம்பந்தப் பெருமானை முருகனாகப் பாடிப் போற்றினார். இந்த இரண்டிற்கும் முரண்பாடு இருப்பதுபோலத் தோற்றினும், உண்மையில் முரண்பாடில்லை. முருகனுடைய அமிசாவதாரம் என்று கொண்டு சமாதா னம் செய்யலாம். 'அந்தச் சமாதானத்துக்கே இட மில்லாமல் இருக்கட்டுமே' என்பது முருகன் அவதார மன்றென்பார் எண்ணம். மகாகவி மீனாட்சி சுந்தரம் பிள்ளையவர்களுக்கு ஞானசம்பந்தர் முருகன் அவதாரம் என்று சொல்வது உடம்பாடன்று.

இந்தச் சிக்கலை ஒரு புலவர் வேறொரு விதத்தில் தீர்த்து விட்டதாகக் கேள்வியுற்றிருக்கிறேன். 'ஞானசம்பந்தர் தாய் வயிற்றிலே பிறக்கவில்லை. சிவபாத இருதயருக்குப் பொய்கையின்கண் தாமரைப் பூவில் கிடைத்தார்' என்று அவர் பாடியிருக்கிறாராம்.

எப்படி ஆனாலும் இந்த இருவகைக் கொள்கைகளும் நூல் வழக்காற்றில் நிலைத்துப்போய்விட்டன. ஒரே காலத்தில் இருவகைக் கொள்கைளும் தமிழ் நாட்டில் உலவுகின்றன. இருவகையினரும் முருகனிடத்தில் சிறந்த பக்தி உடையவர்களே. யார் சொல்வது தவறு என்று கூறுவது? எது சரி என்று நிர்த்தாரணம் செய்வது?

இவ்வாறு ஒரே காலத்தில் கொள்கை வேறுபாடுகள் இருக்கும்போது, நாளடைவில் வேறுபாடு அமைவது வியப்பன்று. அதைக் கண்டு நம் கொள் கைக்கு ஊறுபாடு நேர வழி இல்லை. முருகவேள் திருவடி மலர்களில் வைக்கும் அன்பு குறையுமென்ற அச்சத்துக்கும் இடமில்லை. முருகன் மாறவில்லை. அவனைப் பற்றிய நினைவு, பேச்சு இவையே மாறுகின்றன. இந்தச் சிறிய மாற்றங்களை உணர்வதில் தவறு ஏதும் இல்லை. உணர்ந்து மகிழவும் இடம் உண்டு. பழைய நூல்களைப் படித்துணர்ந்தால் இந்த நிலையில் நிற்க வழி பிறக்கும்.

வடநாட்டு முருகன்

புனாவில்

புனாவில் உள்ள கலைக்கழகத்தார் நடத்திய தமிழ் விழாவுக்குப் போயிருந்தேன். ஐந்தாறு நாட்களுக்குமேல் தங்கியதால், அருகில் உள்ள காட்சிகளைக் காண எண்ணினேன். முக்கியமாகத் தலங்கள் எவையேனும் இருந்தால் பார்க்கவேண்டுமென்று விரும்பினேன். புனாவை அடுத்து ஒரு மலை இருக் கிறதென்றும்,அங்கே சிவபெருமான் திருக்கோயில் ஒன்று இருக்கிறதென்றும் சொன்னார்கள். அன் பர்களுடன் அந்த மலையைத் தரிசிக்கப் போனேன்.

மலையின் பெயர் 'பார்வதி மலை' என்பது. பர்வதம் என்று இருந்து, அது மகாராஷ்டிரத்தில் பர்வத் என்றாகி அதனோடு பர்வத்மலை என்று ஆயிற்றாம்; அதுவே பார்வதி மலை என இப்போது மாறி வழங்கு கிறதென்றார்கள். நம்முடைய நாட்டிலும் நீலகிரி மலை என்று கிரியையும் மலையையும் சேர்த்துச் சிலர் வழங்குகிறார்களே, அப்படிப் பர்வதத்தையும் மலையையும் ஒற்றிக்கு இரட்டியாகச் சேர்த்து வழங்கு கிறார்கள்.

மலையின்மேல் ஏறினோம். பத்துப் படிக்கட்டுகளுக்கு ஒரு முறை படி அகலமாக இருக்கிறது. மகாராஷ்டிர அரசர்கள் ஆண்ட காலத்தில் அவர் கள் குதிரைமீது ஏறியபடியே இந்த மலையின்மேல் ஏறுவார்களாம். குதிரை ஏறுவதற்காகவே இப்படி இடையிடையே படி அகலமாக இருக்கிறதாம். மலை யின்மேல் உள்ள கோவிலுக்குத் தேவதேவேசன் கோயில் என்று பெயர். அந்தத் திருநாமத்தைக் கேட்டதும் எனக்குத் திருவாசகத்தில் உள்ள, தேவர்கள் அறியாத தேவ தேவன், திருப்பெயராகவும் என்ற அடிகள் நினைவுக்கு வந்தன.

மலையின்மேல் ஏறினோம். அங்கே விநாயகர், சூரியன், அம்பிகை, திருமால், சிவபெருமான் ஆகியவர்களுக்குத் தனித்தனியே கோயில்கள் இருந்தன. சிவபெருமான் லிங்கத் திருமேனியோடு இருந்தார். கோயிலில் யார் வேண்டுமானாலும் உட்சென்று இறைவனைத் தீண்டிப் பூசை செய்யலாம். அந்த ஊருக்கு வழக்கமான கொட்டு முழக்குகள் இருந்தன. கோயிலோ, விக்கிரகமோ கொட்டு முழக்கோ எதுவும் எங்கள் உள்ளத்தைக் கவரவில்லை. வான ளாவிய கோபுரமும் சிற்பவேலைப்பாடும் உள்ள தமிழ்நாட்டுக் கோயில்களைக் கண்ட கண்களுக்கு வடநாட்டுக் கோயில்களைக் கண்டால் மதிப்பே உண்டாகாது. விக்கிரகங்களும் அத்தகையனவே.

அங்கே முருகன் திருக்கோயிலும் உண்டென்று சொன்னார்கள். முருகனை வடநாட்டார் கார்த்திகேயர் என்ற பெயராலேயே வழங்குவார்கள். 'கார்த்திக்' கோயிலுக்கு ஆர்வத்தோடு போனேன். மயில்மீது எழுந்தருளிய திருக்கோலத்தில் ஆறுமுக மூர்த்தியாகக் கார்த்திகேயர் எழுந்தருளியிருந்தார். பளிங்கினால் அமைந்த திருவுருவம். தரிசனம் பண்ணிக் கொண்டிருந்தபோது, என்னுடன் வந்த நண்பர், இங்கெல்லாம் முருகன் கோயிலில் ஒரு விசேஷம் உண்டு; தெரியுமா?" என்று கேட்டார்.

"தெரியாதே!" என்றேன்.

"நம்முடைய நாட்டில் பாமரர்கள் பிள்ளையாரைப் பற்றி ஒரு கதை சொல்வார்களே; அதுபோல இங்கே கார்த்திகேயரைப் பற்றி ஒரு கதை சொல் கிறார்கள். பிள்ளையார் பிரம்மசாரியென்றும், தம்முடைய அம்மாவைப் போன்ற அழகுடைய பெண் யாராவது கிடைத்தால் கல்யாணம் பண்ணிக்கொள் வாரென்றும், அப்படி ஒரு பெண்ணைப் பார்க்கத் தான் தீர்த்தக்கரைகளிலும் மரத்தடியிலும் அவர் எழுந்தருளி யிருக்கிறாரென்றும் நம் நாட்டில் ஒரு கதை வழங்குகிறது. இங்கேயோ கார்த்திகேயர் பிரம்மசாரி. அவருக்கு இன்னும் கல்யாணமே ஆக வில்லையாம்.

யாராவது பெண் அவரைத் தரிசனம் செய்தால் உடனே அவளை அவர் பற்றிக்கொள்வாராம். ஆகையினால் கார்த்திகேயரைப் பெண்கள்வந்து தரிசிப்பதே இல்லை" என்று நண்பர் சொன்னார்.

"முருகனையா பெண்கள் தரிசிப்பதில்லை ?" என்று வியப்புடன் கேட்டேன்.

"ஆம்; இங்கே மாத்திரம் அல்ல; வடநாட்டில் பல இடங்களில் அப்படித்தான்" என்று அவர் சொன்னார்.

அப்போது என் கற்பனை வேலை செய்தது. "தமிழ்நாட்டு வள்ளிநாயகியைக் கண்ட கண்களால் இந்த நாட்டு மடந்தையரைப் பார்க்க விரும்ப வில்லையோ?" என்ற வினாவை என் உள்ளம் எழுப்பியது. இக் கருத்தை அமைத்து ஒரு பாடல் பாடினேன்.

புண்ணியமா நகர்தன்னில் ஓங்கும் குன்றில்
பொலிகின்ற தேவதே வேசன் கோயில்
நண்ணியொளிர் ஆறுமுகத் தேவே மஞ்ஞை
நற்பரிமீ தமர்ந்தருளும் கார்த்தி கேயா
பெண்ணினத்தில் தமிழ்நாட்டு வள்ளி தன்னைப்
பெட்புற்றுப் பார்த்ததிரு விழியால் ஈங்கே
அண்ணுமடந்தையர்தம்மைப் பாரே னென்னும்
அதனாலோ அவர்பாராத் தெய்வம் ஆனாய்?

என்ன காரணத்தால் பெண்கள் முருகனைத் தரிசிப்பதில்லையோ, யான் அறியேன். ஆனால் நான் இந்தப் பாட்டைப் பாடினவுடன் என் நண்பர்களாகிய தமிழர்கள், "மிகவும் பொருத்தமாக இருக்கிறது" என்றார்கள். பொருத்தமோ, பொருத்தம் இல்லையோ, அவர்கள் கட்டிவிட்ட கதைக்கு என் கற்பனை தாழ்ந்தது அன்று என்றே சொல்வேன்.

பம்பாயில்

புண்ணியமா நகரமாகிய புனாவிலிருந்து பம்பாய்க்குச் சென்றேன். அங்கே தமிழர்கள் ஆயிரக் கணக்கில் இருக்கிறார்கள். முன்பு ஒரு முறை போயிருந்தபோது யுத்தகால மாகையால், அந்நகரில் இருந்த மியூஸியத்தை மூடியிருந்தார்கள். இம்முறை அதைத் திறந்திருந்தார்கள். பல அருமையான பண் டங்களைத் தொகுத்துவைத்திருக்கும் இடமாகையால் போய்ப் பார்க்கவேண்டும் என்ற அவா உண்டா யிற்று. அன்பர்களுடன் சென்றேன். சிந்துவெளியில் மொகெஞ்சதடோவிலிருந்து அகழ்ந்தெடுத்த பொருள்கள் சிலவற்றை அங்கே கண்டேன். ஓவியப் பகுதி, மரவகை, விலங்கினம் ஆகிய பகுதிகளைப் பார்த்துவிட்டுச் சிற்பப்பகுதிக்கு வந்தேன். உலோக விக்கிரகங்கள் உள்ள பகுதிக்கு வந்து ஒவ்வொரு விக்கிரகமாகப் பார்த்தேன்.

ஒரு விக்கிரகத்தின் மேல் 'விஷ்ணு' என்ற பெயரை ஒட்டியிருந்தார்கள். இருமருங்கும் தேவியர் உடன் வீற்றிருக்க நடுவே கடவுள் அமர்ந்திருந்தார். நான் கூர்ந்து கவனித்தேன். திருக்கரங்களில் சங்கில்லை, சக்கரம் இல்லை; ஆனால் வச்சிராயுதம் இருந்தது. "இது முருகன் திருவுருவம்" என்று சொன்னேன்.

"அது எப்படிச் சொல்லலாம்? இந்தத் துறையில் பழக்க முள்ளவர்கள் இதைப் பார்த் தறிந்து விஷ்ணு என்றல்லவா எழுதியிருக்கி றார்கள்?" என்று அன்பர்கள் கேட்டனர்.

இது திருமால் உருவம் அன்று என்பது நிச் சயம். முருகன் பிரம்மசாரி என்ற நினைவில் ஊறிப் போயிருக்கும் வடநாட்டாருக்கு, இரு மனைவியருடன் இருக்கும் கடவுள் திருமாலையன்றி வேறு இல்லை என்ற நினைவுதான் இருக்கும். இரு தேவியரைக் கண்டவுடனே மற்றவற்றை ஆராயாமல் மகா விஷ்ணு என்று போட்டுவிட்டார்கள் என்று சொல்லிக் கொண்டே வந்தேன்.

என் கண்கள் அந்த விக்கிரகத்தின் மேலும் கீழும் சென்றன. திடீரென்று, "இதோ, இதோ! எனக்குத் தக்க சாட்சி கிடைத்துவிட்டது" என்றேன்.

அன்பர்கள் ஆவலோடு பார்த்தார்கள். அந்த மூர்த்தி எழுந்தருளியிருக்கும் பீடத்தில் மயிலின் உருவம் பொறித்திருந்தது. "மயில்வாகனத்தின் மீது எழுந்தருளியிருப்பதாகப் பாவம்; மயில் வாகனக் கடவுள் முருகனா? திருமாலா?" என்று வெற்றி மிடுக்குடன் நான் கேட்டேன். அந்த வாகனத்தைக் கருடன் என்று சொல்ல இடமில்லை; மயிலின் தோகை நீளமாக இருந்தது; ஆதலின் மயில் என்று தெளிவாகத் தெரிந்தது.

வடநாட்டுக் கார்த்திகேயராக இருந்தால் மியூஸியத்து அதிகாரிகள் தெரிந்து குறித்திருப்பார்கள். இதுவோ இரண்டு தேவிமாருடன் அமர்ந்த முருகனாக இருத்தலின் அவர்களுக்குத் தெரியவில்லை.

வங்காளத்தில்

ராமகிருஷ்ண பரமஹம்சருடைய உபதேசங் களைப் படித்துக் கொண்டிருந்தேன். அந்த மெய்ஞ் ஞானி அரிய விஷயங்களை யெல்லாம் இனிய உப மானக் கதைகளைக் கூறி விளக்குகிறார். பல புராணக் கதைகளையும் எடுத்துரைக்கிறார். அப்படி அவர் கூறியுள்ள கதைகளில் கார்த்திகேயரைப் பற்றிய கதையும் ஒன்று.

'நான் எல்லாப் பெண்களையும் பராசக்தியாகவே பாவிக்கிறேன். ஒரு சமயம் கார்த்திகேயர் ஒரு பெண் பூனையோடு விளையாடிக் கொண்டிருந்தார். அதன்மேல் அவர் கை நகம் பட்டுக் காயமாகிவிட் டது. பிறகு அவர் தம் அன்னையைத் தரிசித்தார். அன்னையின் திருமேனியில் நகத்தால் கீறிய காயம் இருப்பதைக் கண்டார். "இது என்ன?" என்று கேட்ட போது. "நீ விளையாட்டில் கீறின காயம்" என்று பராசக்தி உரைத்தாள். அதைக் கேட்டவுடன் கார்த்திகேயருக்கு வருத்தம் உண்டாகி விட்டது. "பெண் இனம் முழுதும் என்

அன்னையின் உருவம் என்பதை இதுவரையிலும் அறிய வில்லையே! நான் யாரையும் மணம் செய்துகொள்ளப் போவதில்லை. உலகத்துப் பெண்கள் யாவரும் என் அன்னையின் ஸ்வரூபமாக இருக்கும்போது, எனக்கு மனைவி எங்கே அகப்படுவாள்?" என்று எண்ணிப் பிரம்மசாரியாகவே இருந்துவிட்டார்.'

இவ்வாறு பரமஹம்ஸர் ஒரு கதை சொல்லு கிறார். இதனால், வங்காளத்திலும் கார்த்திகேயரைப் பிரம்மசாரியாகவே எண்ணுகிறார்கள் என்ற செய்தி தெரிய வருகிறது.

"நீலச்சிகண்டியில் ஏறும் பிரான், எந்த நேரத்திலும் கோலக் குறத்தியுடன் வருவான்"" என்று அருணகிரிநாதப் பெருமான் பாடுகிறார். வடநாட்டுக் குப் போகும்போது மாத்திரம் தனியாக, பிரம்மசாரி யாகப் போவான் போலும்!

காலத்துக்குக் காலம் முருகனைப் பற்றிய வரலாறுகள் வேறுபடுவது போலவே, இடத்துக்கு இடங்கூட வேறுபடுகின்றது.

திருப்பரங்குன்றம்

முருகவேளுக்குரிய படைவீடுகள் ஆறு. படை வீடு என்பது, அரசன் ஒருவன் தன் பகைவரோடு போர் செய்யும் பொருட்டுப் படைகளுடன் பாளையம் இறங்கியிருக்கும் இடத்துக்குப் பெயர். படை தங்கியிருக்கும் இடம் என்பது அதன் பொருள்.

முருகன் சூரபன்மனோடு போர் புரியச் செல்லு முன் திருச்செந்தூரில் தங்கி, வீரவாகு தேவரை அங்கிருந்து சூரனிடம் தூதாக அனுப்பி, அப்பால் போருக்குப் புறப்பட்டான்.. அப்போது திருச்செந்தூர் அப்பெருமானுக்குப் படைவீடாக உதவியது.

எங்கும் நிறைந்திருக்கும் இறைவன் ஒவ்வொரு சமயத்தில் ஒவ்வொரு கருணைத் திருவிளையாடல் செய்யும்பொழுது ஒவ்வோரிடத்தில் வெளிப்படுகிறான். அந்தத் திருவிளையாட்டோடு சிறப்பான தொடர்பு பூண்டு விளங்குவது அந்தத் தலம். சிவபெருமான் யாண்டும் நிறைந்தவனாயினும், பதஞ்சலி வியாக்கிரபாதர்களின் வேண்டுகோளுக்கு இணங்கி ஆனந்தத் தாண்டவம் புரிந்த இடமாதலின் தில்லைக்குச் சிறப்பு உண்டாயிற்று. இப்படியே முருகவேள் திருக் கோயில் கொண்டுள்ள தலங்களும் அமைந்திருக் கின்றன.

ஆறு படை வீடுகள்

ஆறு று படைவீடுகள் முருகனுக்குரிய தலங்களுள் சிறந்தன என்று கொள்வது அடியார் மரபு. ஆறு முகம் கொண்ட முருகனோடு தொடர்புடைய பொருள்கள் பலவற்றை ஆறாக நினைப்பதில் இன்பம் கண்டனர் அன்பர்கள். நக்கீரர் தாம்

பாடிய திருமுருகாற்றுப்படையில் முருகன் உறையும் இடங்கள் இவை என்று சுட்டும்போது ஆறு இடங்களைக் கூறு கிறார். அவர் அப்படிக் கூறியது முதலே ஆறு படைவீடுகள் என்ற வரையறை வழக்கில் வந்தது.

ஆறு திருப்பதிகண் டாறெழுத்தும் அன்பினுடன்
கூறுமவர் சிந்தைகுடி கொண்டோனே

என்று குமரகுருபர முனிவர் ஆறு படைவீடுகளை ஆறு திருப்பதி என்று குறிக்கிறார்.

சகலமு முதலாகிய அறுபதி நிலைமேவிய
தடமயில் தனிலேறிய பெருமாளே,
ஆறுதிருப் பதியில்வளர் பெருமாளே

என்று அருணகிரிநாதர் திருப்புகழில் ஆறு திருப்பதி என்றே படைவீடுகளைக் குறிக்கின்றார்.

கந்தபுராணத்தில் ஆறு படைவீடுகளில் ஒவ்வொன்றுக்கும் ஒவ்வொரு துதியைக் கச்சியப்ப சிவாசாரியார் அமைத்திருக்கிறார்.

திருப்பரங்குன்றம், திருச்சீரலைவாய், திருவாவினன் குடி, திருவேரகம், குன்றுதோறாடல், பழமுதிர் சோலை என்னும் ஆறும் ஆறு படை வீடுகளாகும். அந்த ஆறில் ஐந்தாவதாகிய குன்று தோறாடல் என்பது எல்லா மலைகளையும் குறிக்கும். குறிஞ்சி நிலத்துக்குக் கடவுளாகிய முருகவேள் எல்லா மலைகளிலும் எழுந்தருளியிருக்கிறான். அந்த மலைகள் எல்லாவற்றையும் ஒன்றாக வைத்துக் குன்றுதோறாடல் என்னும் தொகைத் தலமாகக் குறிப்பிடுவது மரபு.

குன்றுதோ றாடலும் நின்றதன் பண்பே

என்று நக்கீரர் திருமுருகாற்றுப்படையில் சொல் கிறார்.

ஆறு படைவீடுகளுள் முதலாவதாகிய திருப்பரங்குன்றம் மதுரைக்கு அருகில் உள்ளது. பரன் குன்றம் என்பது பரங்குன்றம் என்று ஆயிற்று. சிவபெருமான் திருக்கோயிலும் அங்கே உண்டு. தேவாரம் பெற்ற தலம் அது.

திருப்பரங்குன்றத்தில் முருகவேள் தேவயானையைத் திருமணம் செய்துகொண்டருளினார். அக்குன்றம் பாண்டியர்களின் தலைநகராகிய மதுரையை அடுத்து விளங்குவதால் பழங்கால முதற்கொண்டே சிறப்பை உடையதாக இருந்தது. நக்கீரர் அதனைக் குன்று என்றே குறிக்கிறார்.

மாடமலி மறுகிற் கூடற் குடவயின்
இருஞ்சேற்று அகல்வயல் விரிந்து வாய் அவிழ்ந்த
முள்தாள் தாமரைத் துஞ்சி வைகறைக்
கள்கமழ் நெய்தல் ஊதி எற்படக்
கண்போல் மலர்ந்த காமர் சுனைமலர்
அஞ்சிறை வண்டின் அரிக்கணம் ஒலிக்கும்
குன்றமர்ந்து உறைதலும் உரியன்

என்பது திருமுருகாற்றுப்படை.

மதுரைக்கு மேற்கே திருப்பரங்குன்றம் இருக்கிறது. மலையின் அடிவாரத்தை அடுத்து வயல்கள் உள்ளன. நில வளத்தைக் காட்டும் கரிய சேறு நிரம்பிய வயல் அவை. அந்த அகன்ற வயல்களில் நீர்தேங்கிய இடங்களில் தாமரை மலர்கள் மலர்ந்துள்ளன. முள்ளைத் தாளிலேயுடைய தாமரைக் கொடிகள் படர்ந்திருக்கின்றன. தாமரை மலரில் உள்ள தேனுக்கும் பூந்தாதுக்கும் ஆசைப்பட்ட வண்டுகள் பகல் நேரத்தில் அம் மலர்களிலே வந்து ஊதுகின்றன. அப்பால் மாலை வரவே தாமரை மலர்கள் இதழ்க் கதவை அடைத்து விடுகின்றன. மெத் தென்ற அகவிதழ்களையுடைய

அந்த மலருக்குள்ளே சுகமாகத் தூங்கிப் போகின்றன வண்டுகள். விடியற்காலையில் அம்மலர்கள் சற்று நெகிழவே வண்டுகள் துயில் எழுகின்றன. உடனே அருகில் தேன் கமழ்கின்ற நெய்தல் மலரிலே சென்று தாது ஊதி அதில் உள்ள தேனைக் குடிக்கின்றன. பிறகு கதிரவன் உதயமாகின்றான். அப்போது திருப்பரங்குன்றத்தின் சாரலைக் காண மேலே பறந்து செல்கின்றன. அங்குள்ள சுனைகளில் பல மலர்கள் மலர்ந்திருக்கின்றன. அம் மலர்களிலே சென்று தேனை உண்டு ரீங்காரம் செய்கின்றன. இவ்வாறு வண்டுகள் உறையுளும் உணவும் பெற்று இன்ப மாக வாழும் இடம் திருப்பரங்குன்றம். வயலும் பொய்கையும் சூழ்ந்த இடத்தில் திருப்பரங்குன்றம் இருப்பதை நக்கீரர் இந்த வருணனையால் தெளிய வைக்கிறார்.

பரிபாடலில் உள்ள செய்திகள்

மதுரை மாநகரிலிருந்து திருவிழாக் காலங்களில் கூட்டம் கூட்டமாக மக்கள் திருப்பரங்குன்றத்திற்குச் சென்றனர். வழிநெடுகச் சோலைகள் இருந்தன. மலையில் மரங்கள் அடர்ந்து வளர்ந் திருந்தன. இவற்றையும் மலைக் காட்சியையும் மதுரை நகரத்தார் அங்கே வந்து செய்யும் செயல் களையும் பரிபாடல் என்ற சங்க நூல் மிக விரிவாகத் தெரிவிக்கிறது.

திருப்பரங்குன்றத்தில் உள்ள பொய்கையில் நீர் நிறைந்திருந்தது. மழை வளம் சிறந்திருந்தமையால் மலை முழுவதும் அடர்ந்த மரச் செறிவு இருந்தது. அருவியும் சுனைகளும் இருந்தன. இரண்டாயிரம் ஆண்டுகளுக்கு முன்னர்த் தமிழ் நாட்டில் எங்கும் காடுகள் மிகுதியாக இருந்தன. மக்கள் பெருகப் பெருகக் காட்டை வெட்டி நாடாக்கினர். அதனால் மழை வளம் வரவரக் குறைந்து போயிற்று.

அக்காலத்தில் திருப்பரங்குன்றத்தில் அருவி கூட இருந்த தென்றே தெரிகிறது. அதில் ஆட வரும் மகளிரும் நீராடினர்.

புனல் விளையாட்டு அங்கே நடைபெற்றது. மணமாவதற்கு முன் முருகனுடைய திருக்கோயிலைச் சார்ந்த சோலையிலே சந்தித்து அன்பு செய்தனர், சில காதலர். மணம் செய்து கொண்டவர்கள் இங்கே வந்து தங்கி இன் புற்றனர். கன்னிப் பெண்கள் இத்தலத்திற்கு வந்து, தமக்கு நல்ல கணவராக வரவேண்டும் என்று வேண்டிக் கொண்டனர். மணமான மகளிர் ஊருக்குச் சென்ற கணவர் போன காரியம் பலித்து விரைவிலே வந்து சேர வேண்டுமென்று வேண்டினர். வேறு சில மகளிர் தங்களுக்குக் குழந்தை பிறக்க வேண்டுமென்று பிரர்த்தனை செய்தனர். அவர்கள் கோயில் யானைக்குக் கரும்பு முதலியவற்றைக் கொடுத்தார்கள். சோற்றைக் கொடுத்தார்கள். அது உண்டொழிந்த மிச்சத்தைப் பிரசாதமாகப் பெற்று உண்டனர். அதனால் யானையைப் போலப் பலமுடைய பிள்ளை பிறக்கும் என்ற எண்ணம் அவர்களுக்கு இருந்தது போலும் !

முருகவேள் திருக்கோயிலுக்கு வருகிறவர்கள் அறம், பொருள், இன்பம், வீடு என்ற நால்வகை ஊதியங்களையும் தனித்தனியே பெற எண்ணி வந்தார்கள். முருகனுடைய சந்நிதியில் பொன்னாலும் வெள்ளியினாலும் செய்த பலவகைப் பொருள்களைக் கொணர்ந்து சமர்ப்பித்தனர். முருகனுடைய கையில் உள்ள ஆயுதங்களையும், மணியையும், அவனுடைய வாகனங்களையும் கொண்டுவந்து கொடுத்தனர்.

திருப்பரங்குன்றத்துப் பொய்கையிலே ஆடவரும் மகளிரும் நீந்தி விளையாடினர். நீர் வீசு கருவியினால் நீரை ஒருவர் மேல் ஒருவர் வீசிக் கொண்ட னர். ஊடியும் கோபித்தும் மறைந்தும் பொழுது போக்கினர். உதிர்ந்த மலர்களே படுக்கையாகப் படுத்து உறங்கினர்.

சிலர் குரங்குகளுக்குச் சிற்றுண்டிகளை வீசினர். அவை தாவித் தாவி ஓடும் வேடிக்கையைப் பார்த்தனர்.

பாண்டிய மன்னன் விழாக் காலங்களில் தன்னுடைய பரிவாரங்களோடு அங்கே வந்து தரிசனம் செய்தான். அந்தப் பரிவாரங்கள் தேர்மேலும், யானை மேலும், குதிரை மேலும் வந்தன. திருப்பரங் குன்றத்தில் மக்கள் தரிசிக்க நடந்துவரும் வழியை விட்டுவிட்டு மரத்தடிகளில் அவ் வாகனங்களை நிறுத்தினர்.

திருப்பரங்குன்றத்தில் ஒரு சித்திரசாலை இருந்தது. எழுத்து நிலை மண்டபம் என்று சித்திரசாலையைச் சொல்வார்கள். நல்ல வண்ணங்களைக்கொண்டு எழுதிய ஓவியங்கள் அங்கே இருந்தன.

மலர்கள், பூம்பொய்கை முதலிய அழகிய காட்சிகள் அந்தச் சித்திரங்களில் இருந்தன. துருவ சக்கரமும் அதனைச் சார்ந்த சூரியன் முதலிய கிரகங்களும் ஒரு சித்திரத்தில் அமைந்திருந்தன. இரதியின் அழகிய ஓவியமும் காமனது உருவமும் ஒரு சித்திரத்தில் இருந்தன. இவற்றை அன்றிப் புராண கதைகளை விளக்கும் சித்திரங்களும் இருந்தன. அகலிகையின் கதையை விரிவாகக் காட்டும் ஓவியங்கள் இருந்தன. இவற்றை ஆடவரும் மகளிரும் கண்டு களித்தனர்.

பாடுபவர்கள் போடும் தாளமும் ஆடுபவர்கள் போடும் தாளமும் சேர்ந்து முழங்க, குன்றத்தி லிருந்து அவற்றின் எதிரொலி முழங்கியது. சிலர் பிரம்ம வீணையை வாசித்தார்கள்; சிலர் ஐந்து துளை களை உடைய குழலை ஊதினர்; சிலர் ஏழு துளைகளையுடைய புல்லாங்குழலை வாசித்தனர். சிலர் யாழ் வாசித்தனர். அதற்கு ஏற்றவாறு சிலர் முரசொலித்தனர்.

திருப்பரங்குன்றத்தின் மேலும் முருகவேளின் மேலும் வேல் மயில் என்பவற்றின் மேலும் ஆணையிட்டு, ஆடவர்கள் தாங்கள் தூயவர்களென்று காதலிமாரைத் தேற்றினர்.

இவற்றைப் போன்ற பல செய்திகளைப் பரிபாட லில் உள்ள செய்யுட்கள் தெரிவிக்கின்றன.

நல்லந்துவனார் பாட்டு

ஆசிரியர் நல்லந்துவனார் பாட்டு ஒன்று பரிபாடலில் உண்டு. அவர் மதுரைக்காரர். அவர், "பரங் குன்று இமயக் குன்றத்துக்கு ஒப்பாக இருக்கிறது" என் று சொல்கிறார். எதனால் என்பதை அவரே விளக்குகிறார்.

திருப்பரங்குன்றத்தில் முருகன் எழுந்தருளி யிருப்பதை உணர்ந்த தேவர்களும் அசுரர்களும் தவ முனிவர்களும் அங்கே கூட்டமாக வந்து வழிபடுகின்றனர். யார் யார் வந்திருக்கிறார்கள்? - துழாய் மாலையையும் அளவற்ற செல்வத்தையும் கருடக் கொடியையும் உடைய திருமால் முதலில் வருகிறான். அவனை அடுத்து இடப வாகனத்தையுடைய சிவபெருமான் எழுந்தருளுகிறான். பிரமதேவனும் அவரைத் தொடர்ந்து வருகிறான். துவாதச ஆதித்தர்களும், தேவ வைத்தியர்களாகிய அசுவினிதேவர் இருவரும், அட்டவசுக்களும், ஏகாதசருத்திரர்களும், திக்குப் பாலகர்களும் ஆகிய அமரர்கள் அனைவரும் வருகின் றனர். தேவர்கள் வரங்கேட்டால் நாமும் வரங் கேட்கலாமென்று அசுரர்களும் வருகிறார்கள். வேதத்தை முழக்கும் விழுத்தவ முனிவர் வருகின்றனர். இவ்வளவு பேர்களையும் ஒருங்கே பார்க்கும் இடம் எது? சிவபிரான் வீற்றிருக்கும் இமயமலை ஒன்றிலேதான் பார்க்க முடியும். பரனது மலையாகிய அங்கே பார்ப்பது போலவே இந்தப் பரங்குன்றிலும் காணலாம். ஆகவே இமயக்குன்றத்தை ஒத்தது திருப்பரங்குன்றம்.

இமயச் சாரலில் சரவணப் பூம்பொய்கையில் முருகன் தோன்றினான். அந்தப் பொய்கையைப் போல இங்கும் அருவி நீரால் நிரம்பியிருக்கும் சுனை இருக்கிறது. இமயத்தில் முருகனது யானை முழக்கம் கேட்கும்; இங்கே கேட்கும் மேக முழக்கம் அதைப் போல இருக்கிறது.

மதுரையிலே சில வீடுகளில் கல்யாணம் நடக்கிறது. அதில் மண முரசம் ஒலிக்கிறது. அந்த ஒலி திருப்பரங்குன்றத்தில் சிலையோடுகிறது. மதுரையிலிருந்து திருப்பரங்குன்றத்துக்கு

வரும் வழியில் மணல் பரந்திருக்கிறது. விழாக்கால மாகையால் அடியவர் பலர் திருப்பரங்குன்றத்தை நோக்கி வருகின்றனர். வருகின்றவர்கள் வெறுங் கையோடு வரவில்லை. முருகனது பூசைக்கு உரியவற்றையும், காணிக்கைகளையும் ஏந்தி வருகின்றனர். வெவ்வேறு விதமான சந்தனத்தைச் சிலர் கொண்டு வருகின்றனர். காற்று வீசினால் அணையாத நந்தா விளக்குக்கு வேண்டிய பொருள்களைச் சிலர் கொணர்கின்றனர். மணம் பெற்ற மலர்களைச் சிலர் ஏந்தி வருகின்றனர். முழவத்தைக் கொண்டு வருகின்றனர் சிலர். மணியும் கயிறும் மயிலும் அங்குசமும் யானையும் பிறகாணிக்கைப் பொருள்களும் சிலர் எடுத்து வருகின்றனர்.

வந்து முருகனை வழிபட்டு வேண்டிக்கொள்கின்றனர் மக்கள். மணமாகாத பெண் ஒருத்தி கட்டழகுக் காளை ஒருவனிடம் காதல் கொண்டாள். அவனைச் சந்திக்க முடியாமல் தவித்தாள். அதே நினைவாக இருந்தமையால் ஒரு நாள் இரவில் ஒரு கனவு கண்டாள். வையையில் புதிய வெள்ளம் வந்ததாகவும், அப்போது ஊராரெல்லாம் சென்று புனல் விளையாட்டு நிகழ்த்தியதாகவும், அங்கே தன் காதலனைச் சந்தித்ததாகவும் கனவு கண்டாள். அவள் இப்போது திருப்பரங்குன்றத்திற்கு வந்திருக்கிறாள். முருகனிடத்தில் அவள் பிரார்த்தனை செய்து கொள்கிறாள். "கனவிலே நான் கண்டேனே, அது மெய்யாக வேண்டும். அது நனவிலே நடக்க வேண்டுமானால் முதலில் வையையில் வெள்ளம் வரவேண்டும். ஆகையால், முருகா, வையையில் புதுப்புனல் வரும்படி அருள் புரிவாயாக!" என்று வேண்டிக் கொள்கிறாள்.

வேறு சில மகளிர் மணமாகிச் சில காலமாகியும் குழந்தையின்றி வருந்தினர். அவர்கள் முருகனை வேண்டிக் கொண்டு, கருவுற்றால் இன்ன இன்ன பொருள்களைக் காணிக்கையாக அளிப்போம் என்று பிரார்த்தனை செய்கிறார்கள்.

ஒரு பெண்மணிக்கு மணம் ஆகிவிட்டது. கணவனோடு வாழ்ந்து வந்தாள். தானே பொருளீட்டி அதைக் கொண்டு தர்மம் செய்யவேண்டும் என்ற கொள்கையை உடைய அவன், வியாபாரத்தால் பொருளீட்டும் பொருட்டு வெளியூர் சென்றிருந்தான். அவனுக்கு வேண்டிய பொருள் கிடைத்தால் அவன் உடனே ஊருக்கு வந்துவிடுவான். அவன் விரைவிலே வந்து சேர வேண்டுமென்ற ஆவல் உள்ள அவன் மனைவி முருகனிடம் வேண்டிக் கொள்கிறாள். "என் கணவர் விரைவில் வந்து சேர வேண்டும்" என்று நேர் முகமாகக் கேட்கவில்லை. "முருகா, ஊருக்குப் போனவருக்கு வேண்டிய பொருள் விரைவிலே கிடைக்கும்படி நீ அருள்புரிய வேண்டும்" என்று பணிந்து இறைஞ்சுகிறாள்.

போர் செய்யச் சென்ற படைக்குத் தலைவனாக ஒரு வீரன் சென்றிருக்கிறான். அவன் மனைவி திருப் பரங்குன்றத்தில் நடை பெறும் விழாவிற்கு வந்திருக் கிறாள். அவள் முருகனை, "கடவுளே, என் காதலர் யுத்தத்தில் பகைவரை அடுவாராக" என்று வேண்டு கிறாள்; அர்ச்சனை செய்கிறாள்.

பிரியாமல் சேர்ந்திருக்கும் கணவரும் மனைவியரும் முருகனைப் பரங்குன்றில் வணங்குகின்றனர்; பிரிந்து வாழுவோர் மீட்டும் கூட வேண்டுமென்று வழிபடுகின்றனர்.

மழை வேறு இடங்களில் பொய்த்துப் போனாலும் இங்கே அருவி நீர் இடையறாமல் இருக்கும். "இந்த இயற்கைச் செல்வம் என்றும் அழியாமல் இருக்கவேண்டும்" என்று நல்லந்துவனார் தாம் பாடிய பாட்டின் இறுதியில் வேண்டுகிறார்.

நல்லழிசியார் பாட்டு

நல்லழிசியார் என்ற மற்றொரு சங்கப் புலவர் ஒரு பாடல் பாடியிருக்கிறார்.

மதுரையிலிருந்து மாலைக் காலத்தில் திருப்பரங் குன்றத்திற்கு வருகிறார்கள் பலர். வாத்தியங்கள் சைத்துக் கொண்டு

தூபதீபங்களுடன் சந்தனம் முதலியவற்றையும் எடுத்துக் கொண்டு வருகிறார்கள். வேறு சிலர் நல்ல அழகிய ஆடைகளையும் மணியை யும் வேலையும் ஏந்தி வருகின்றனர். திருப்பரங் குன்றத்தின் அடிவாரத்துக்கு வந்து முருகவேளைப் பாடுகிறார்கள். ஆலாபனம் செய்து இசையோடும் தாளத்தோடும் பாடுகிறார்கள். அவர்களுக்கு அப்போது உண்டாகும் ஆனந்தத்துக்கு எல்லையே இல்லை. "தேவலோகத்தில் மிக்க இன்பம் பெறலாம்" என்று யாராவது அவர்களிடம் சொன்னால், வேண் டாம் என்று சொல்லிவிடுவார்களாம். "தேவர்கள் வாழும் சொர்க்க லோக இன்பத்தை விரும்புகிறவர் யார்?" என்று கேட்கிறார் புலவர்.

மாலை மாலை அடியுறை இயை நர்
மேலோர் உறையுளும் வேண்டுநர் யாஅர்?

திருப்பரங்குன்றத்தில் நிகழ்வனவற்றைப் புலவர் விரிவாகச் சொல்கிறார்.

ஒரு பக்கம் பாணர்கள் யாழை மீட்டிப் பாடுகிறார்கள். மற்றொரு புறம் வண்டின் ரீங்காரம் கேட் கிறது. ஒரு பக்கம் புல்லாங்குழலின் இன்னிசை எழுகிறது. வேறொரு புறத்தில் தும்பி யென்னும் உயர்ந்த சாதி வண்டுகள் முரல்கின்றன. ஒரு சார் முழவு முழங்குகிறது. மற்றொருசார் அருவியின் இசை ஒலிக்கிறது. ஒரு பக்கம் விறலியர் அசைந்து ஆடுகின்றனர். மற்றொரு பக்கம் பூங்கொடி நுடங்குகிறது. தாளம் போட்டுப் பாடுகிறார் பலர். மயில் ஆடு கிறது. இப்படிச் செயற்கை நிகழ்ச்சிகளும் இயற்கை நிகழ்ச்சிகளும் எதிரெதிர் எழுகின்றன.

வேறு புலவர்களும் திருப்பரங்குன்றத்தைச் சிறப்பித்துப் பாடியிருக்கின்றனர்.

இதுகாறும் கூறிய செய்திகளைக் கொண்டு பார்த்தால், திருப்பரங்குன்றம் இரண்டாயிரம் ஆண்டுகளுக்கு முன் இயற்கை வளம் பொருந்தியிருந்த தென்றும், மதுரை வாசிகள் அடிக்கடி கூட்டம் கூட்டமாக வந்து முருகனை

வழிபட்டார்களென்றும், கோயிலில் சித்திர மண்டபம் முதலிய பல மண்டபங்கள் இருந்தன என்றும், முருகனைப் பலவகையில் வழிபட்டுக் காணிக்கை நேர்ந்து பிரார்த்தனை செய்து ஆடிப்பாடி அன்பர்கள் போற்றினர் என்றும் அறியலாம். ஆறு படைவீடுகளுள் முதலாவதாகிய இத் தலம் இன்றும் தமிழ் மக்களால் வழிபடப் பெற்று வருகிறது. அருணகிரி நாதர் பாடிய திருப்புகழ்ப் பாடல்கள் பல இத்தலத்துக்கு இருக்கின்றன. தென் பரங்குன்றிற் பெருமாள் அன்றும் தமிழ்மக்களுக்கு அருள் செய்து கொண்டு விளங்கினான். இன்றும் அப்படியே விளங்குகின்றான்.

பழம் பழனி

கலியுக வரதனாகிய முருகவேள் இன்றும் அடியார்களிடத்தில் தன் அதிசய அற்புதத் திருவருளைக் காட்டி ஆட்கொள்ளும் நிகழ்ச்சிகள் பல உண்டு. அப்பெருமான் எழுந்தருளியுள்ள தலங்களில் பல அற்புத நிகழ்ச்சிகளைக் காணலாம். பழனித் தலத்தில் அடிக்கடி இத்தகைய நிகழ்ச்சிகள் நடை பெறுவதுண்டு. "அதிசயம் அநேகம் உற்ற பழநி மலை மீதில் நிற்கும் அழக" என்பது அருணகிரி நாதர் வாக்கு.

பழனியில் மலைமேல் தண்டாயுதபாணியின் திருக்கோயிலும், ஊருக்குள் தேவியருடன் உள்ள குமரன் ஆலயமும் இருக்கின்றன. மலையைப் பழனி யென்றும், ஊரிலுள்ள திருக்கோயிலை ஆவினன் குடியென்றும் வழங்குகின்றனர். இத் தலத்தில் வையாபுரி என்ற பெரிய தீர்த்தம் ஒன்று இருக்கிறது.

பழனியென்பது பழம் நீ என்பதன் திரிபென்று பழனித்தல புராணம் கூறுகிறது. நாரதர் கொடுத்த பழத்தைத் தனக்குச் சிவபெருமான் வழங்காமையால் சினங்கொண்ட செவ்வேள் இம்மலையில் வந்து நின்றான்; சிவபிரானும் தேவியும் இங்கே எழுந் தருளி, "பழம் நீ ஆக இருக்கையில் உனக்கு வேறு பழம் எதற்கு?" என்று கூறி அன்பு பாராட்டினர்; அவர்கள் கூறிய, "பழம் நீ " என்ற தொடரே இதற்குப் பெயராகிப் பின்பு அது குறுகிப் பழநி என்று ஆயிற்று. இது பழனித் தலபுராணக் கதை.

திருவாகிய லக்ஷ்மியும் ஆவாகிய காமதேனுவும் இனனாகிய சூரியனும் பூசித்தமையால் திருவாவினன் குடி என்ற பெயர் வந்ததாகப் புராணம் கூறுகிறது.

பழனிக்குச் சித்தன் வாழ்வு என்ற பெயர் உண் டென்று, திருமுருகாற்றுப் படைக்கு நச்சினார்க்கினியர் எழுதிய உரையினால் தெரியவருகிறது. சித்தன் என்பது முருகக் கடவுளுடைய பெயர்களுள் ஒன்று."சித்தன் வாழ்வு, இல்லந் தொறுமூன் றெரி யுடைத்து" என்று, ஔவையார் பாடிய பாட் டொன்றில் வருகிறது. அதனால் அங்கே அந்தணர் அதிகமாக முற்காலத்தில் இருந்தனரென்று தெரிய வருகின்றது. இவை பிற்காலத்தில் புராண வாயிலாகவும் பிறவாறும் வழங்கிவரும் செய்திகள்.

தமிழில் உள்ள பழைய நூல்களால் இரண்டாயிர ஆண்டுகளுக்கு முன்பும் முருகனுடைய வழிபாடு மிகச் சிறப்பான நிலையில் தமிழ்நாட்டில் நிகழ்ந்து வந்தது என்று தெரிந்து கொள்ளலாம். நக்கீரர் தாம் பாடிய திருமுருகாற்றுப் படையில், முருகன் எழுந்தருளியிருக்கும் இடங்களையெல்லாம் எடுத்துச் சொல்கிறார். அவர் கூறிய தலங்களே ஆறுபடை வீடுகள் என்று பிற்காலத்தில் வரையறை யாக வழங்கலாயின. திருப்பரங்குன்றம், திருச்சீரலை வாய், திருவாவினன்குடி, திருவேரகம், குன்று தோறாடல், பழமுதிர்சோலை மலை என்ற வரிசையில் அந்த ஆறு படைவீடுகளையும் பெயரிட்டு வழங்குவர். இவற்றில் மூன்றாவதாக வருவது ஆவினன் குடி.

2

அக்காலத்தில் சேரசோழ பாண்டியர்கள் செங்கோல் செலுத்தி வந்தனர். அவர்களை அன்றி அங்கங்கே சிற்றரசர்கள் பலர் சிறு சிறு நாடுகளை ஆண்டுவந்தனர். வேளிர், குறுநில மன்னர் என்று அவர்களை வழங்குவர். அவர்களுக்குள் பேகன் என்பவன் ஒருவன். தம்பால் வந்தவர்களுக்கு அளவில்லாமல் பொருளை வழங்கும் வள்ளல்களில் ஏழு பேர் மிக்க புகழ் உடையவர்கள். அவர்களைக் கடையெழு வள்ளல்கள் என்று பிற்காலத்தில் வழங்கினார்கள். அந்த ஏழு பேர்களில் பேகனும் ஒருவன். மாரிக் காலத்தில் ஒரு மயில் தோகையை விரித்து ஆடும் போது சற்று உடல் சிலிர்க்கவும், அது குளிரால்

நடுங்கியதென்று கருதித் தன் மேல் போர்த்திருந்த விலையுயர்ந்த போர்வையை அதன் மேலே போர்த்தின அருளாளன். அவன் மயிலுக்குப் போர்வை அளித்த இந்தச் செய்தியைப் புலவர்கள் பலபடப் பாராட்டியிருக்கிறார்கள்.

இந்தப் பேகனுடைய முழுப்பெயர் **வையாவிக் கோப்பெரும் பேகன்** என்பது. ஆவியர் என்னும் குலத்திலே பிறந்தவன் அவன். அந்த ஆவியர் குலத் தினர் தமக்குத் தலைநகராகக் கொண்ட ஊரே ஆவினன்குடி. ஆவிக்கு நல்ல ஊராக இருப்பது என்பது அதன் பொருள். ஆவிநன்குடி என்பதே ஆவினன் குடி ஆகிவிட்டது. ஆய் என்ற வள்ளல் இருந்த ஊருக்கு ஆய்குடி என்ற பெயர் வந்ததைப் போன் றது இது.

ஆவி வைகும் இடம் ஆதலின் வைகாவியூர் என்ற பெயரும் இதற்கு அமைந்தது. அதுவே நாள் டைவில் வைகாவூர் என்றும், வையாவிபுரி என்றும், வையாபுரி என்றும், வையாவி என்றும் மாறி வழங்கியது. வையாவிக்குத் தலைவன் பேகன்; ஆகவே அவனை வையாவிக் கோ எனப் புலவர் கூறினர். ஆவியர் குலத்தில் வந்தவனாதலின் ஆவியர் கோமான் என்று பாராட்டினர்.

ஆவினன் குடியாகிய வையாபுரியைத் தலைநகராக உடைய நாட்டுக்கு வையாபுரி நாடு என்று பெயர். கொங்கு நாட்டைச் சேர்ந்த பல சிறு நாடு களில் வையாபுரி நாடும் ஒன்று; அதனை ஆவினன் குடி நாடு என்றும் சொல்வதுண்டு.

"வல்லமை செறிந்ததிரு வாவினன் குடிநாடு" என்பது கொங்குமண்டல ஊர்த்தொகை என்னும் நூலில் வரும் பகுதி.

சேரர் கொங்குவை காவூர் நன் னாடதில்
ஆவி னன்குடி வாழ்வான தேவர்கள் பெருமாளே

என்ற அருணகிரி நாதர் திருவாக்கில் இந்த நாடு வைகாவூர் நாடு என்று குறிப்பிடப் பெற்றிருக்கிறது. கொங்கு மண்டல சதகம், பேகன் இருந்து அரசாண்ட இடம் வையாபுரி என்று சொல்லும்.

கையாரக் கான மயிலுக் கிரங்கிக் கலிங்கம் அருள்
செய்ஆண் டகைகரு ணைக்குவைப் பாகத் திகழ்தரும் அவ்
வையாவிக் கோப்பெரும் பேகனெனும்பெருவள்ளல் தங்கு
வையா புரியெனும் கோ நக ருங்கொங்கு மண்டலமே.

ஆவினன்குடி முருகனது படை வீடுகளுள் ஒன்று. அந்த ஊரைத் தன் தலைநகராகக் கொண்ட பேகனுக்கு முருகவேளிடத்தில் சிறந்த பக்தி இருப்பது இயல்பே. ஆவியர் குடிக்கெல்லாம் குலதெய்வமாக முருகன் விளங்கினான் என்று கொள்வதிலும் தவறு இல்லை. பக்தர்களுக்குத் தம்முடைய வழிபடு கடவுளோடு தொடர்புடைய பொருள்களிடத்திலெல்லாம் அதிக அன்பு இருப்பது இயற்கை. முருகன் அடியார்களுக்கு வேல், மயில் என்ற இரண்டினிடத்தி லும் அளவற்ற அன்பு உண்டு. 'வேலும் மயிலும் ' என்பதையே மந்திரம் போல உச்சரித்து இன்புறுவார் பலர்.

மலைச்சாரலில் வானம் சிறு துளி துளிப்பதைக் கண்டு தோகை விரித்து ஆடியது மயில். அதன் அழகிய தோற்றத்திலே ஈடுபட்டுப் பார்த்துக் கொண்டிருந்தான் பேகன். முருகனுக்கு ஊர்தியாக விளங்கும் மயிலினது நடனம் அவன் உள்ளத்தைக் கொள்ளை கொண்டது. மயில் தோகையை விரித்து நிற்கும் போது, அடிக்கடி சலார் சலார் என்ற ஒலி தோன்றச் சிலிர்க்கும். இது அந்தப் பறவைக்கு இயல்பு. பேகனும் அந்தச் சிலிர்ப்பைக் கண்டான். அதைக் கண்டு குளிரினால் நடுங்குகிறதோ என்ற ஐயம் அவனுக்கு உண்டாயிற்று. மழைத் துளி துளிப்பதனால் அந்த எண்ணம் உண்டாயிற்று. ஆண்டவனது வாகனமாக உள்ள மயில் நடுங்குவது தகுமோ என்று அவன் உள்ளம் எண்ணியது. கருணையும் முருகனது அன்பும் இடம்பெற்ற உள்ளம் அது. உடனே தன்மேல் போர்த்திருந்த விலையுயர்ந்த போர்வையை எடுத்து மயிலுக்குப் போர்த்து விட்டான். 'இந்த மயில் இதை உடுத்துக் கொள்ளுமா? போர்த்துக் கொள்ளுமா?' என்று அவன் யோசிக்கவில்லை. அது அதனைப் பயன்படுத்திக் கொள்ளாது

என்பதை அவன் பிறகு உணர்ந்திருப்பான். ஆயினும் அந்தக் கணத்திலே பக்திபரவசத்தால் போர்வையை அளித்தான்.

உடாஅ போரா ஆகுதல் அறிந்தும்
படாஅம் மஞ்ஞைக்கு ஈத்த எம்கோ
கடாஅ யானைக் கலிமான் பேகன்

என்று அவனைப் பரணர் என்ற புலவர் பாராட்டுகிறார்.

3

பழனி என்பது மலையின் பெயர். அதன் பழம் பெயர் பொதினி. பொதினியே மாறிப் பழனி என்று ஆகி யிருக்கலாம். முடிமன்னர்களையும், குறுநில மன்னர்களையும் புலவர்கள் பாராட்டிப் பாடும்போது அவர்களுக்குரிய சிறப்பையும், அவர் நாட்டுக்குள்ள சிறப்பையும் சொல்வார்கள். ஊர், மலை, ஆறு என்னும் இவற்றைச் சார்த்தியும் பாராட்டியும் புகழ்பாடுவார்கள். அப்படிப் பாடும் வகையில் ஆவியர்குடிக்கு உரியது பொதினி என்னும் மலை என்று தெரியவருகிறது.

நெடுவேள் ஆவி
அறுகோட் டியானைப் பொதினி,
முழவுறழ் திணிதோள் நெடுவேள் ஆவி
பொன்னுடை நெடுநகர்ப் பெர்தினி

என்று மாமூலனார் என்னும் புலவர் பொதினியை ஆவிக்குரிய மலையாகப் பாராட்டுகிறார். வேறு சில இடங்களில் பேகனைப் 'பெருங்கல் நாடன் பேகன்' என்று புலவர்கள் குறித்துச் செல்கின்றனர். 'பெரிய மலையையுடைய நாட்டுக்குத் தலைவன் பேகன்' என்பது அதன் பொருள். பெருங்கல் என்பது. பொதினி மலையைக் குறிப்ப தென்றே கொள்ளலாம்.

ஆவினன் குடியாகிய ஊரும், பொதினியாகிய மலையும் பேகனுக்கும் அவன் குலத்தினருக்கும் உரியன. பேகனை,

முருகனைப்போலப் போர்புரியும் திறலுடையவன் என்று பாராட்டுகிறார் ஒரு புலவர்.

ஆவினன்குடியில் முருகன் திருக்கோயில் பழங்கால முதலே இருக்கிறதென்பதற்குத் திருமுருகாற்றுப்படை முதலிய நூல்கள் சான்று பகர்கின்றன. ஆனால் பொதினியாகிய பழனிமலையில் முருகனுக்கு ஆலயம் இருந்ததா? அதைப்பற்றிய குறிப்பு ஏதாவது பழைய நூல்களில் உண்டா?- இத்தகைய கேள்விகளுக்கு விடையளிப்பதே இந்தக் கட்டுரையின் நோக்கம். சில ஆராய்ச்சிக்காரர்கள் பழனி மலைக் கோயில் பிற்காலத்த தென்றும், திருவாவினன்குடியே பழங்காலத்தில் இருந்ததென்றும் சொல்வதுண்டு. ஆவினன் குடியைப் போலவே பொதினியாகிய பெருங்கல்லிலும் முருகன் இருந்து மக்களைப் பாதுகாத்தான் என்பதற்குரிய குறிப்புக் கள் சங்க காலத்து நூல்களில் இருக்கின்றன. அவற்றைப் பார்க்கலாம்.

பெருஞ்சித்திரனார் என்ற புலவர் பாடிய செய்யுள் ஒன்றில் பாரி முதலிய ஏழு வள்ளல்களைப்பற்றி அவர் சொல்கிறார். சிறப்புடைய மலையை யார் பெற்றிருக்கிறார்களோ, அவர்களைப் பற்றிச் சொல்லுகையில் அந்த மலையையும் சொல்கிறார். பாரியின் பறம்பு மலையையும், ஓரியின் கொல்லி மலையையும், எழினியின் குதிரை மலையையும் சொல்லியிருக்கிறார். பேகனைப் பற்றிச் சொல்லும் போதும் பெரிய மலையை யுடைய நாடன் என்கிறார். மலையின் பெயரைச் சொல்லவில்லை. ஆனால் அந்த மலையைப் பற்றிச் சில செய்திகள் சொல்கிறார்.

ஈர்ந்தண் சிலம்பின் இருள் தூங்கும் நளிமுழை
அருந்திறற் கடவுள் காக்கும் உயர்சிமைப்
பெருங்கல் நாடன் பேகனும்

என்று பேகனைப் பற்றிச் சொல்கிறார். "மிகக் குளிர்ந்த மலைப்பக்கத்தில் இருள் செறிந்த பெரிய குகைகளையுடையதும், பிறரால் வெல்லுவதற் கரிய

திறலையுடைய தெய்வம் காக்கும் உயர்ந்த உச்சியை யுடையதும் ஆகிய பெரிய மலைக்கு உரிய நாடனாகிய பேகனும்" என்பது இதன் பொருள்.

அவனுடைய மலை தனி மலை; மலைத்தொடர் அன்று; சிறு குன்றும் அன்று. ஆகவே அதைப் பெருங்கல் என்றார். அதன் உச்சியிலே தெய்வம் நின்று காக்கிறது என்றும் சொல்கிறார். அருந் திறற் கடவுள் என்று அக்கடவுளைப் பாராட்டுகிறார்.

சிறுபாணாற்றுப்படையில், "அருந்திறல் அணங் கின் ஆவியர் பெருமகன், பெருங்கல் நாடன் பேக னும்" என்று பேகன் பாராட்டப் பெறுகிறான்.

"அரிய திறல்பெற்ற தெய்வத்தை உடைய ஆவியர் பெருமகன்" என்று அவனுடைய குலதெய்வம் குறிக்கப்பெறுகிறது. அருந்திறற் கடவுளும் அருந்திறல் அணங்கும் ஒருவரே.

அந்தக் கடவுள் யார்? மலைமேல் இருக்கும் கடவுள், ஆவியர் குல தெய்வம் ஆகிய முருகன்தான். பெருங்கல்லாகிய பொதினியில் நின்று அந்த மலை யையும், அது உள்ள வைகாவூர் நாட்டையும், அதனை யுடைய ஆவியர் குலத்தையும் காப்பாற்றி அருள் செய்பவன் முருகன் என்று அறிந்துகொண்டோம். ஆகவே பொதினி யாண்டவனாகிய பழனியாண்டவன் புதியவன் அல்ல, பழையவனே என்றுதானே முடிவு கட்டவேண்டும்?

கபிலர் என்னும் புலவர் பேகனை ஒருபாட்டில் (புறநானூறு, 143) பாராட்டுகிறார். அவனையும் அவன் மலையையும் பாடினதாகச் சொல்கிறார். "நின்னும் நின் மலையும் பாட" என்று கூறுகிறார். அவன் மலை யாகிய பொதினியைப் பாடுவதில்

புலவருக்கு ஆனந்தம். அந்த மலையில் நிகழும் அதிசயத்தை அந்தப் பாட்டிலே சொல்கிறார்.

குறிஞ்சிநிலத் தெய்வம் முருகன். அந்த நிலத்து மக்கள் குறவர். பேகனது நாட்டிலுள்ள குறவர், மழை இல்லையெனில் உடனே பொதினி ஆண்டவனுக்குப் பூசை போடுவார்கள். மலர் தூவி வணங்குவார்கள். ஆண்டவன் கருணையால் மழை பொழியும்; என்பதில் வருணனை அணங்கென்று புலவர் சொல்கிறார்

அதிகமாகப் பொழியும். அளவுக்கு மிஞ்சி மழை பொழிந்தாலும் கெடுதல் தானே? ஆகவே முன்பு மழைவேண்டுமென்று பூசைபோட்ட அந்தக் குறவர் மாக்களே இப்போது, மழை நிற்கட்டும் என்று பொதினி ஆண்டவனைப் போற்றி வழிபடுகிறார்கள். மழை நின்று விட்டது. அதனால் மிக்க மகிழ்ச்சியை அடைந்த அக்குறவர் புனத்திலே விளைந்த தினையைப் பொங்கி விருந்து அயர்கிறார்கள்.

மலைவான் கொள்கென உயர்பலி தூஉய்
மாரி ஆன்று மழைமேக்கு உயர்கெனக்
கடவுட் பேணிய குறவர் மாக்கள்
பெயல்கண் மாறிய உவகையர், சாரல்
புனத்தினை அயிலும் நாட.

[வான்கொள்க-மழையைப் பெறுக. பலி - பூசைக்குரிய பண்டங்கள். ஆன்று-நின்று. மழை -மேகம். மேக்கு - மேலே. பெயல் கண் மாறிய-மழை வேறிடத்துக்குச் சென்றதனால் உண்டான. அயிலும் - உண்ணும்.]

குறவர் மாக்கள் வணங்கும் கடவுள் முருகன் தான் என்பதைச் சொல்லவும் வேண்டுமா?

பொதினி ஆண்டவனுக்குக் கோயிலும் அக் காலத்தில் இருந்தது. பொன்பொதிந்த திருக்கோயி லென்றுகூடத் தோன்றுகிறது.

ஆவி, பொன்னுடை நெடுநகர்ப் பொதினி

என்ற அகநானூற்றுப் பாட்டில் *(61)* ஆவிக்குரிய பொதினியில் 'பொன்னுடைய உயர்ந்த கோயில்' இருந்ததை மாமூலர் சொல்கிறார். நெடுநகர் என்பது உயர்ந்த கோயில் என்ற பொருளை உடையது,

முக்கட் செல்வர் நகர் (புறநானூறு)

பூமுடி நாகர் நகர் (பரிபாடல்)

என்று கோயிலை நகர் என்ற சொல்லாலே பழங் காலத்துப் புலவர்கள் குறித்தார்கள். ஆவியினது பொதினி, பொன்னுடை நெடுநகரையுடைய பொதினி என்று கூட்டி அர்த்தம் செய்யவேண்டும். பொன் என்பது தங்கத்தையே குறிக்கவேண்டும் என்பது இல்லை. எல்லா வகை உலோகங்களையும் பொன் என்று குறிப்பது தமிழ் மரபு.

இங்கே, பொதினியில் ஒரு கோயில் இருந்த தென்பது குறிக்கப்படுகிறது. அந்தக் கோயில் முருகவேளுடைய கோயிலே என்று முன்னே சொன்ன செய்திகளைக் கொண்டு முடிவு கட்டலாம்.

ஆகவே, பழனியாண்டவனும் பழம்புலவர் களாற் பாராட்டப் பெற்றவனென்பதும், அற்புத நிகழ்ச்சிகளை அருளால் நடக்கச் செய்கிறவன் என்பதும், அவனுக்கு ஒரு கோயில் பொதினியின் உச்சியில் இன்று போலவே அன்றும் இருந்தது என்பதும், ஆவியர் குடிக்கெல்லாம் குலதெய்வமாக ஆண்டவன் விளங்கினானென்பதும், கடையெழு வள்ளல்களில் ஒருவனாகிய பேகன் முருகன் அடியானென்பதும் பழைய நூல்களில் உள்ள குறிப்புக்களால் தெரிந்து கொள்ளலாம்.

இருப்பவல்

அருணகிரி நாதர் இயற்றிய திருப்புகழ், பாகும் தேனும் கலந்தாற் போலச் சந்த இசையும் தண்டமிழ் நயமும் செறிந்தது. முருகனுடைய திருவருளைத் துணைக் கொண்டு அவனுடைய ஆணையின்படியே பாடியது திருப்புகழ் என்பதைத் திருப்புகழ்ப் பாடல்களில் உள்ள சில பகுதிகளே தெரிவிக்கும்.

ஒரு பாடலில் தாம் திருப்புகழைப் பாடும்படி முருகவேள் அநுக்கிரகம் செய்ததை மறவாமல் பாராட்டுகிறார். அங்கே திருப்புகழின் பெருமையை அவரே விரிவாகச் சொல்கிறார். "நாலுதிசைகளிலும் உள்ள பக்தர்கள் மகா அற்புதம், அற்புதம் என்று பாராட்டுகிறார்கள். சித்திரகவி வகைகளில் ஒன்றாகச் சேரும் இயல்புடையது; இனிய சந்தம் மிக்கது. இத்தகைய திருப்புகழை அடியேனைச் சொல்லும் படியாக வைத்து, அது எங்கும் பரவும்படி யாகச் செய்த பேரருளை நான் என்றும் மறவேன்" என்று சொல்கிறார்.

பூர்வ பச்சிம தட்சிண உத்தர திக்குள
பக்தர்கள் அற்புதம் -- எனஓதும்

சித்ரக வித்துவ சத்த மிகுத்த
திருப்புக ழைச்சிறி- தடியேனும்

செப்பென வைத்துல கிற்பர வத்தெரி
சித்த அநுக்ரகம் - மறவேனே.

அது "மனத்தையும் உருக்கும்" என்று மற்றோரிடத் தில் கூறுகிறார்.

திருப்புகழின் இனிமையையும் உயர்வையும் வேறு பல புலவர்கள் பாராட்டியிருக்கிறார்கள்.

அருணகிரி சொரிகவிதை யமுதம்

என்று அந்தகக்கவி வீரராகவ முதலியார் பாடுகிறார்.

உதிருங் கனியை நறும்பாகில்
உடைத்துக் கலந்து தேனைவடித்து
ஊற்றி அமுதி னுடன்கூட்டி
ஒக்கக் குழைத்த ருசிபிறந்து
மதுரங் கனிந்த திருப்புகழ்ப்பா மாலை

என்று திருமலைப் பிள்ளைத் தமிழ் ஆசிரியர் மிகச் சிறப்பாகப் பாராட்டுகிறார். திருப்புகழில் இனிமையும் தெளிவும் இருப்பது இதனால் விளங்கும்.

சந்தப் பாடல்களாக இருப்பதால் தாளத்தோடு பாட ஏற்புடையவை திருப்புகழ்ப் பாடல்கள். இருபது முப்பது ஆண்டுகளாகவே திருப்புகழ் தமிழ் நாடெங்கும் ஓங்கிப் பரவி வருகின்றது. இசை நயமும் இலக்கியச் சுவையும் வெளிப்படப் பாடுவாரும் பொருளுரைப்பாருமாகப் பலர் இப்போது இருக்கின்றனர்.

திருப்புகழை ஒரே மாதிரி இசையோடு கட கட கட வென்று முன்காலத்தில் சிலர் சொல்வதுண்டு. மலையருவி விழுவது போலவும் ரெயில் வண்டி ஓடுவது போலவும் அவர்கள் பாடுவார்கள். பாட்டின் சொற்கள் தெளிவாகக் காதில் விழாவண்ணம் பாடு வார்கள். அவர்கள் பாடுவதைக் கேட்டால், "திருப்புகழ் மிகவும் கடினமானதுபோலும்!" என்று தோன்றும். பலர் அப்படியே நினைத்த காலம் உண்டு. நல்ல வேளையாக மதுரை ஸ்ரீ சாமி ஐயர், ஸ்ரீ வள்ளிமலை சுவாமிகள், ஸ்ரீ திருப்புகழ் மணி ஐயரவர்கள், ஸ்ரீ கிருபானந்த வாரியாரவர்கள் முதலியோர் இசையோடு நல்ல முறையில் திருப்புகழ்ப் பாக்களைப் பாடித் தமிழ் மக்களின் உள்ளத்தில் இருந்த இந்தப் பயத்தைப் போக்கிவிட்டார்கள்.

"சுக்குமொளகுதிப் - பிலி" என்று பிரித்துக் கொலை பண்ணுபவர்கள் எந்தப் பாட்டைப் பாடினாலும் பொருள் விளங்காதபடியே பாடுவார்கள். திருப்புகழைப் பாடி வந்த பழைய கால பக்தர்கள் தம்மை அறியாமலே அதன் சந்தத்தைப் பெரிதாக்கிக் காட்டினார்கள். இதனால் தமிழ் மக்களில் பலர் திருப்புகழ் இரும்புக்கடலை என்று நினைத்ததில் தவறு இல்லை. சந்தப் பாக்களாகிய திருப்புகழை இயற்றுவது அருமையே அன்றி, படித்துப் பொருள் அறிவது எளிது. எல்லாத் திருப்புகழும் எளிதிலே பொருள் அறியும் வண்ணம் இருக்கின்றன என்று நான் சொல்ல வரவில்லை. கம்பராமாயணத்திலே கூடப் பொருள் விளங்காத பாடல்கள் பல உண்டு. இன்னும் புலவர்கள் பொருள் வரையறை செய்வதில் ஒருமுகப்படாத பாடல்கள் உண்டு. அவற்றைக் கம்ப சூத்திரம் என்று சொல்வார்கள். எல்லா நூல்களிலும் இத்தகைய கவிகள் இருப்பது இயற்கை. ஆகவே திருப்புகழிலும் பொருள் எளிதில் விளங்காத சில பாடல்கள் இருப்பது ஆச்சரியம் அன்று. அதைக் கொண்டு திருப்புகழ் முழுவதும் கடினம் என்று சொல்வதுதான் பொருந்தாது.

எப்படியோ, திருப்புகழ் கடினமானது என்று முன்பு ஒரு கருத்துப் பரவியிருந்தது. அதோடு திருப்புகழில், "இருப்பவல் திருப்புகழ் விருப்பொடு படிப்பவர் இடுக்கினை அறுத்திடும்" என்ற பகுதி ஒன்று வருகிறது. அதைச் சிலர் எடுத்துக் காட்டி, "அருணகிரி நாத சுவாமிகளே திருப்புகழ் இரும்பினால் பண்ணின அவலைப் போன்றது என்று ஒப்புக் கொள்கிறாரே. நாங்கள் இருப்புக்கடலை என்று சொல்கிறோம். எங்கள் கருத்தில் என்ன தவறு இருக்கிறது ?" என்று கேட்டார்கள். இன்னும் பலர், "இருப்பவல் திருப்புகழ்" என்ற தொடர் திருப்புகழ் அன்பு இல்லாதவர்களுக்கு அது இரும்பு அவலைப் போலக் கடினமாக இருப்பது என்று பொருள் செய்கிறார்கள்.

"இருப்பவலைப் போன்ற திருப்புகழை யார் விருப்பத்தோடு படிக்கிறார்களோ அவர்களுடைய துன்பங்களை அது அறுத்து விடும்" என்ற பொருள் பட, "இருப்பவல் திருப்புகழ் விருப்பொடு படிப்பவர் இடுக்கினை அறுத்திடும்" என்று அருணகிரிநாதர் பாடியிருக்கிறார். "விருப்பொடு படிப்பவர்" என்பதைக் கவனிக்க வேண்டும். இரும்பு அவல்போல இருந்தால் அதை விரும்பிப் படிப்பவர் யார் இருப்பார் கள் ? பிற இடங்களில் திருப்புகழைப் பாராட்டிய முறைக்கும், இங்குள்ள முறைக்கும் மாறுபாடு இருப்பதாகக் கொள்வது பொருந்துமா? மதுரங் கனிந்த பாமாலை என்று பிற புலவர்கள் பாடியிருக் கிறார்கள். அதற்கும் மாறாகத் திருப்புகழை இரும்பு அவல் என்று சொல்லலாமா ?

இவற்றையெல்லாம் யோசிக்கும் பொழுது, இருப்பவல் என்ற தொடரே அங்கே இருப்பது தவறு என்று தோற்றுகிறது. தொடர் தவறு என்று கொள்வதைவிட அதற்கு நாம் கொள்ளும் பொருள் தவறு என்று சொல்வதுதான் நியாய மானது. அப்படியானால் திருப்புகழின் சிறப்புக்கு ஏற்ற வகையில் எப்படி அர்த்தம் பண்ணுவது?

இருப்பவல் என்ற தொடரை இரும்பு - அவல் என்ற இரண்டு சொற்களாகப் பிரிப்பதனால்தான் இந்தச் சங்கடம் வருகிறது.

அதை விட்டு விட்டு, இருப்பு + அவல் என்று பிரித்துப் பார்க்கலாம். இருப்பு என்பது கையிலே இருப்பது; சேமித்து வைத்த பொருளுக்குச் சொல்லும் வார்த்தை அது. கையிலே சேமித்து வைத்திருப்பதாகிய அவல் என்று அத் தொடருக்குப் பொருள் கொள்ளலாம்.

உணவு வகைகளில், சமைத்த ஆகாரங்களை ஒரு நாளுக்கு மேல் வைத்துக் கொள்வது நம்முடைய வழக்கம் அன்று. ஆனால் யாத்திரை செய்கிறவர்கள் தம்முடைய பசியைப் போக்கிக் கொள்ளப் பொரி மாவையும் அவலையும் கொண்டு போவார்கள். யாத்திரை போகிறவர்களுக்கு இன்றியமையாத பொருள்களில் அவலும் ஒன்று. பெருங்கதை என்ற பழைய

தமிழ் நூலில் அவலை, 'ஆத்திரைத் தருப்பணம்' என்று ஆசிரியர் சொல்கிறார். ஆத்திரை என்பது யாத்திரையைக் குறிப்பது. தருப்பணம் என்பது அவலுக்குப் பெயர். யாத்திரை செய்பவர்கள் சமயத்தில் தம் பசியைத் தீர்த்துக் கொள்ளத் துணியில் அவலை முடிந்து வைத்துக்கொள்வார்கள். பல நாள் வழி நடந்து சென்று துவாரகையை அடைந்து கண்ண பிரானைக் கண்டு களிப்பதற்குப் பலநாளும் கெடாமல் இருக்கும் அவலையல்லவா குசேலர் எடுத் துச் சென்றார்?

அவல் மிகவும் சுலபமான உணவு. தனியே உண்ணலாம். நீரிலே ஊறவைத்து உண்ணலாம். மோரிலிட்டு ஊறவைத்தோ, வெல்லம் போட்டோ உண்ணலாம். மீட்டும் பக்குவம் செய்து புளியவல், வெல்ல அவல் முதலிய உருவத்தில் உண்ணலாம். ஏழை முதல் பணக்காரர் வரையில் தங்கள் ஆற்றலுக்கு ஏற்ப அதைப் பயன்படுத்திக் கொள்ளலாம். செல்வர் வீட்டு விருந்தில் அவல் பாயசம் சிறப்புத் தருவதைச் சுவை கண்டவர்கள் அறிவார்கள்.

திருப்புகழ் சேமித்து வைத்த அவலைப் போன்றது; கையிருப்பிலே உள்ள அவலைப் போன்றது. மடி, ஆசாரம் முதலிய நியமங்களோடு ஓதும் மந்திரங்களைப்போலன்றி எந்தச் சமயத்திலும் யாரும் ஓதலாம். காலன் ஊர்க்குச் செல்லும் நெடுவழிப் பிரயாணத்தில் உபயோகப்படும் அவல் அது. அதை இசையின்றியே பாடலாம், தனி அவலைச் சுவைப்பது போல; கைத்தாளம் கொட்டிப் பாடலாம், வெல்லத்தைக் கடித்துக் கொண்டு அவலை உண்பது போல; இசையோடு பாடலாம், ஊறவைத்த அவலை உண்பது போல. தக்க பக்க வாத்தியங்களுடன் பெரிய கச்சேரியாகச் செய்யலாம், அவல் பாயசம் பண்ணுவது போல.

அவல் எப்படி எளியதாகவும், இனியதாகவும், சமயத்துக்கு உதவுவதாகவும் இருக்கிறதோ, அப்படியே திருப்புகழும் இருக்கிறது. கவியின் அமைப்புக்கு உண்ணும் பொருள்களை உவமை கூறுவது மரபு. மிகவும் கடினமான பாக்களுக்குத் தேங்காயை உவமை கூறுவார்கள்; அத்தகைய கவிகள்

நாளிகேர பாக முடையவை என்பார்கள். மாம்பழச் சுவைபோல அமைந்த சஹகார பாகம், திராட்சா பாகம், இட்சு (கரும்பு) பாகம், க்ஷீர (பால்) பாகம் என்று செய்யுட் பாகங்கள் பல உண்டு. உண் ணும் கனியையும் அமுதத்தையும் பாக்களுக்குப் பிறர் உவமை கூறினர். அருணகிரி நாதர் மற்றவர் கூறியதையே கூறாமல் புதிதாக அவலைக் கூறினார். தொப்பை யப்பனைப் பாராட்டும்போது கரும்பும் கனியும் உண்பவர் என்பதோடு அவலையும் உண் ணும் விருப்பம் உடையவர் என்று அருணகிரிநாதர் சொல்கிறார்.

கைத்தலம் நிறைகனி அப்பமொ டவல்பொரி கப்பிய கரிமுகன்

என்றும்,

இக்கவரை நற்கனிகள் சர்க்கரை பருப்புடன்நெய்
எட்பொரி அவல்துவரை இளநீர்வண்
டெச்சில்பய றப்பவகை பச்சரிசி பிட்டுவெள
ரிப்பழம் இடிப்பல்வகை தனிமூலம்
மிக்கஅடி சிற்கடலை பட்சணம் எனக்கொள்ஒரு
விக்கின சமர்த்தன்

என்றும் பாடும்போது அவலை மறக்கவில்லை. அது அவர் நினைவில் இருக்கும் பொருள். ஆகவே அந்த அருமையான, ஆனால் எளிதிலே உண்பதற்குரிய பொருளைத் திருப்புகழுக்கு உவமை ஆக்கினார்.

இதில் அவருடைய விநயமும் புலப்படுகிறது. "நான் அமுதம் தரவில்லை; கனி தரவில்லை. வெறும் அவல் தருகிறேன்; இருப்பிலே வைத்திருக்கும் அவல் தருகிறேன். ஏழைகள் ஆண்டவனுக்குத் தருவது அதுதான் என்று குசேலர் காட்டியிருக் கிறார் அல்லவா? ஆகவே நானும் அவல் தருகிறேன்" என்று சொல்வது போல இருக்கிறது அந்த உபமானம். குசேலர் கண்ணனுக்கு ஒரு வகை அவல் கொடுத்தார். அருணகிரி நாதர் கந்தனுக்கு ஒருவகை அவல் கொடுத்தார். குசேலர் அளித்தது நெல் அவல். அருணகிரி நாதர் கொடுத்தது சொல் அவல்.

இரட்டை விலங்கு

தாமரைப் பூவாகிய அழகிய பீடத்தில் சதுர் முகப் பிரமன் வீற்றிருக்கிறான். காலையில் செய்ய வேண்டிய ஔபாசனத்தையும் வேதபாராயணத்தையும் செய்தாகிவிட்டது. கலைமகள் அருகிருந்து தான் செய்யவேண்டிய உதவிகளைச் செய்ய, நெறி முறை வழுவாமல் செய்யவேண்டிய வைதிக காரியங்களைக் குறைவின்றி நிறைவேற்றிய பிரமதேவனுக்குச் சிறிது பசித்ததுபோலும்! தன்னுடைய கணக்குச் சுருணையை எடுத்துவரச் சொல்லிப் பார்க்க உட்கார்கிறான்.

எத்தனையோ காலம் ஆயிற்று இந்த நான்முகன் பதவி பெற்று. தினமும் பொழுது விடிந்தால் ஆன் மாக்களை உடம்பென்னும் சிறையில் போட்டு, அவரவர்கள் தலையில் எழுதும் உத்தியோகத்தைச் செய்து வருகிறான். ஒரு முகத்தைப் போல ஒரு முகம் இருப்பதில்லை. ஒருவன் வாழ்க்கையைப் போல மற் றொருவன் வாழ்க்கை இருப்பதில்லை. ஒவ்வொன்றும் வெவ்வேறு விதம். ஆயிரம் ஆயிரம் ஆண்டுகளாக அவன் செய்துவரும் சிருஷ்டிகள் அத்தனையும் ஒன்றுபோல் ஒன்று இல்லை. எல்லாம் வெவ்வேறு வகை; வெவ்வேறு உருவம். பேதம் இல்லாத சிருஷ்டியே இல்லை. பேதமயம் ஜகத்தாக நிற்கும் படி படைப்புத் தொழிலிலே ஈடுபட்டுக் கிடக்கிறான் பிரமதேவன்.

கணக்குச் சுருணையை எடுத்துப் புரட்டிப் பார்க்கிறான். அன்று புதுக் கணக்குப் போடும் சந்தர்ப் பம். எந்த எந்த உயிரை எப்படி எப்படிப் பிறக்கச் செய்கிறது என்று யோசிக்கிறான். நான்கு தலைகளையும் எட்டுக்கைகளால் அமுக்கி அமுக்கி யோசிக்கிறான். அந்த அந்த உயிர்களின் பூர்வ ஜன்ம

சரித்திரத்தை எடுத்துப் பார்க்கிறான். அந்தச் சரித்திரத்தில் உள்ள லாப நஷ்டக் கணக்கைக் 'கறாராக'க் கணக்குப் பண்ணுகிறான். புண்ணியம் இத்தனை, பாவம் இத்தனை என்ற லாப நஷ்டக் கணக்குப் பார்த்து முடிவு கட்டுவதில் நான்முகன் மிகவும் கெட்டிக்காரன்.

பழங்கணக்குகளைப் பார்த்துப் பார்த்து, அடுத்த படி என்ன பிறப்பு அளிப்பது என்று யோசித்து யோசித்து முடிவு கட்டி, தனியே பட்டோலையில் அந்த முடிவை எழுதிக் கொள்கிறான்.

'இவன் கோவில் தர்ம சொத்தைக் கொள்ளை யடித்தவன். சரி, இவனை வெளவாலாகப் பிறக்கும் படி செய்யவேண்டும்.'

'இவன் தர்மம் செய்கிறவனைச் செய்யாதே என்று தடுத்தவன். இவன் கையில்லாத முடவனாகப் பிறக்கட்டும்.'

'இவன் நல்லவர்களைக் கடுமையான சொற்கள் கூறிக் கண்ணீர் விடச் செய்தவன். இவனுக்கு ஊமைப் பிறப்பைக் கொடுப்போம்.'

'இவன் தான் மணந்த மனைவிக்கு இன்பந்தரா மல், ஒழுக்கக் கேடுள்ளவனாக வாழ்ந்தான். இவனுக்கு அலியாகப் பிறக்கும் பிறப்புத்தான் ஏற்றது. இப்படியாக அவன் கணக்குப்போட்டு முடிவு கட்டுகிறான்.

கட்டைப் பார்த்தால் பிரம்மாண்டமாக இருக்கிறது. 'இன்றைக்குள்ளே முடிவு கட்டவேண்டிய தொகை அதிகமாக இருக்கிறதே !' என்ற யோசனை அவனுக்கு வருகிறது. தன் வேலையை வேகமாகக் கவனிக்கத் தொடங்குகிறான். வீட்டுக்குப் போகவேண்டிய அவசரத்தில் வேலை பார்க்கும் குமாஸ்தாவைப் போல, அவன் வெகு வேகமாகத் தன் வேலையைக் கவனித்துக் கொண்டிருக்கிறான்.

அன்று அவன் பட்டோலையில் புதிய பிறவி கொடுத்துப் பதிந்த ஜீவன்களுள் ஒரு ஜீவன் பூவுலகத்தில் உள்ள ஒருவன்.

அவன் பல பாவங்களைப் பண்ணினவன் என்று சொல்வதற்கில்லை; புண்ணியங்களையும் செய்திருக்கிறான். எல்லாவற்றிற்கும் மேலாக அவன் முருகனை நம்பி வாழ்ந்திருக்கிறான். முருகன் அடியார் கூட்டத்தில் ஒருவனாக இருந்து வாழ்நாளைப் போக்கியிருக்கிறான்.

நான்முகன் அவசரத்தில் அவனுக்கும் மறு பிறவி ஒன்றைக் கொடுத்து விட்டான். தவறு; பெரிய தவறு; முருகனுடைய அடியார்களுக்கு மறுபிறவி இல்லை. அவர்களின் பாவ புண்ணியங்களைக் கணக்கெடுத்துத் தீர்மானம் செய்யும் அதிகாரம், தன் வாழ்நாள் ஆனதும் வேறு பிரமாவுக்கு இடங் கொடுத்து மாண்டுபோகும் இந்த நான்முகனுக்கு இல்லை. பட்டோலையில் முருகன் அடியார் பெயரே காணக்கூடாது. அவன் அவர்கள் பெய ரைப் பயபக்தியோடு உச்சரித்து உருகலாமே ஒழிய, அவர்களைத் தன்னுடைய தராசிலே வைத்து நிறுப்பதாவது! ஏதோ போதாத வேளை; நிறுத்து எடை போட்டு முடிவுகட்டி அடுத்த பிறவி இன்ன தென்றுகூட எழுதி விட்டான்.

எல்லாம் அறியும் சர்வஞ்ஞனான முருகவேளுக்கு இந்தச் செய்தி தெரிந்து விடுகிறது. அடியார்களுக்கு ஏதாவது துன்பம் வந்தால் அதை முன் கூட்டியே அறிந்து விலக்கும் பேரருளாளன் அல்லவா அவன்? பிரமதேவன் செய்த பேதைமைச் செயலை நினைத்துப் புன்முறுவல் பூக்கிறான். "முட்டாள்; முன்னாலே நம்மை அவமதித்துப் பட்ட தண்டனை மறந்து விட்டது போலும்! இப்போது நம்முடைய அடியானை அலட்சியம் செய்து மற்ற ஜீவர்களோடு சேர்த்துவிட்டான். நமக்குப் பண்ணும் அபரா தத்தை நாம் பொறுத்தாலும் பொறுப்போம். நம் அடியாருக்குச் செய்வதைக் கணநேரமும் பொறுக்க மாட்டோம். ஆரங்கே?" என்று அழைத்தான் கருணைவாரிதி. லட்ச வீரர்களுள் ஒருவன் கை கட்டி வாய்புதைத்து வந்து முன்னே நின்றான். "அந்த நான்முகனை இங்கே இழுத்து வா. நம்முடைய அடியான் ஒருவனைப் பிறப்பெடுக்கும் கூட்டத்தாரிலே சேர்த்துப் பட்டோலையில் எழுதியிருக்கிறான். என்ன துணிச்சல்! போ;

சீக்கிரம் போய் இழுத்து வா. பக்தனுக்கு அபசாரம் செய்தவனைக் கண நேரம் கூடத் தண்டனை கொடுக்காமல் வைத்திருக்கக் கூடாது" என்று கண்ணிலே சிவப்பூர உத்தரவிட்டான் எம்பெருமான்.

வீரன் ஓடினான். சத்திய லோகத்துக்குப் போய்ப் பிரமதேவன் இல்லத்தை அடைந்தான். பிரமதேவன் கணக்குச் சுருணையை வைத்துக் கொண்டு உட்கார்ந்திருந்தான். வீரன் அவன் முன்னே போய்ப் படபடப்போடு நின்றான். தலை நிமிர்ந்து பார்த்த கமலாசனனுக்குத் தூக்கிவாரிப் போட்டது. கனல் கொப்புளிக்கும் கண்ணோடு நிற்கும் வீரனைக் கண்டு, "என்ன விசேஷம் ?" என்று விநயத்தோடு கேட்டான்.

"எழுந்திரையா, எழுந்திரு. உன்னுடைய கணக்குச் சுருணையை அதோ அந்த ஓம குண்டத்தில் போட்டுப் பொசுக்கு. வா, என்னுடன்."

"என்ன செய்தி? எங்கே வரவேண்டும் ?" என்று நடுங்கிக் கொண்டே கேட்டான் நான்முகன்.

"அங்கேதான்; அன்றைக்கு உன் காலில் விலங்கு போட்டுத் தலையில் குட்டுக் குட்டிச் சிறையில் அடைத்தாரே, அவரிடம். அதெல்லாம் இப்போது மறந்து விட்டது போலும்!"

மறையோன் தத்தளித்தான். இன்னும் அவனுக்கு விஷயம் விளங்கவில்லை. "எதற்காக இவ்வளவு படபடப்பு ?" என்று மெல்லக் கேட்டான்.

"புறப்படையா! எங்கள் பெருமானை அவமதித்துப் பட்ட சுகம் உனக்குத் தெரிந்ததுதானே? அடியார்களைப் பாதுகாக்கும் வேலையைத் தொண்டாகப் பூண்ட பெருமான் குமாரக் கடவுள் என்பதை நீ அறியவில்லையோ ? அவர் கையில் உள்ள வேல் சாமானியமானதா? அது தனிச் சிறப்புள்ள வேல். பொங்கிய கடல் வாய்விட்டு அலறச்செய்த வேல். பளபளத்து வந்த கிரவுஞ்சகிரியைப் படுசூரணமாக்கிய வேல். அந்த வேலைக் கையிலே பிடித்த எம் கோனுக்கு

உன்னுடைய காரியம் தெரிந்துவிட்டது. நீ எப்படி முருகனடியார் பெயரைப் பட்டோலையில் இடலாம் ?'"

சுருணையைக் கட்டிவைத்து விட்டுக் கவலை முகத்தில் தேங்கப் பிரமதேவன் புறப்பட்டுவிட்டான். 'ஐயோ! வேகத்தில் நான் எந்த மகானுபாவனையோ பிறக்கிறவர்கள் வரிசையிலே சேர்த்து விட்டேன் போலிருக்கிறது' என்று நினைக்கிறான். யோசித்துப் பார்க்கிறான். உடம்பெல்லாம் வேர்க்கிறது. கால் தன் பாட்டில் நடந்துகொண்டிருக் கிறது.

இருவரும் முருகன் சந்நிதியை அடைந்தார்கள். "ஏ பிரமதேவா! நம்முடைய அடியார்களிடம் உன்னுடைய கை வேலையைக் காட்டக்கூடாதென்பது உனக்குத் தெரியாதோ?" முருகன் படபடப்புடன் கேட்டான்.

"சுவாமி, நன்றாகத் தெரியும்."

"அப்படியானால் ஏன் இன்று ஓர் அடியவனை உன் பட்டோலையில் எழுதினாய்?"

"அவசரத்தில் அறியாமல் செய்ததாக இருக் கும். அபசாரத்தைப் பொறுத்தருள வேண்டும்"

"பொறுப்பதாவது! இப்படியே விட்டுவிட்டால் உனக்கு நினைவு இராது. இப்போது உனக்குக் கொடுக்கும் தண்டனை உன் ஞாபகத்திலே இருக்கவேண்டும். அப்போதுதான் நீ மறு முறை இத்தகைய தவறு செய்யமாட்டாய்."

"சுவாமியின் திருவுள்ளம் அதுவானால் இந்தப் பாவி எப்படி மாற்றமுடியும்?" - பிரமதேவன் அழாக் குறையாக விடை சொன்னான்.

"வீரா, கொண்டு வா விலங்குகளை. போன தடவை நம்மை அவமதித்ததற்காக இவனுக்கு ஒரு விலங்கு போட்டோம். இப்போது இரண்டு விலங்கு போடவேண்டும். நமக்குச் செய்யும் அபசாரத்தை விட நம் அடியாருக்குச் செய்யும்

அபசாரம் இரண்டு பங்கு தண்டனைக்கு உரியது என்று தெரிந்து கொள்ளட்டும்" என்று வடிவேற் பெருமான் கட்டளை யிட்டான்,

அடுத்த கணத்தில் இரண்டு விலங்குகள் வந்து விட்டன. பிரமதேவன் கண்ணீர் மாலை மாலையாக வழிய நின்றான். "மாட்டு விலங்குகளை" என்று ஆண்டவன் உத்தரவிட்டு விட்டுச் சற்று அந்தப்புரம் போய் வரலாம் என்று புறப்பட்டான்.

வீரன் பிரமதேவன் காலில் இரண்டு விலங்குகளையும் பூட்டிவிட்டான். அடுத்தபடி என்ன செய்வ தென்று உத்தரவுக்குக் காத்துக் கொண்டு நின்றார்கள் யாவரும்.

முருகன் மீண்டும் வந்து சிங்காதனத்தில் அமர்ந்தான். விலங்கு பூண்ட பிரமதேவன்மேல் கண்ணை ஓட்டினான். உடனே, "சே சே! இப்படியா பூட்டுவது ? காலுக்கு இரட்டை விலங்கு பூட்டிவிட்டாயே. பட்டோலையில் எழுதிய கைக்கு அல்லவா ஒரு விலங்கு பூட்டவேண்டும்? காலுக்கு ஒன்று, கைக்கு ஒன்று - இப்படி இரட்டை விலங்கு பூட்டு. அப்போது தான் இவனுக்குப் புத்தி வரும்" என்று ஆண்டவன் ஆணையிட்டான். பிரமதேவன் இரட்டை விலங்கு பூண்டான்; காலில் அல்ல; காலில் ஒன்று, கையில் ஒன்று - ஆக இரட்டை விலங்கு. பாவம் ! அடியவன் இன்னும் பிறவி எடுக்கவில்லை. அவனைப் பிறக்கும்படி ஏற்பாடு செய்து எழுதியதற்கு இரு விலங்கு !

அருணகிரிநாதப் பெருமான் திருவுள்ளத்தில் இந்தக் காட்சி தோன்றியதோ என்னவோ, தெரியாது. அவர் திருவாய் மலர்ந்தருளிய கந்தர் அலங்காரத்தில் அற்புதமான பாட்டு ஒன்று வருகிறது. அந்தப் பாட்டைப் படித்துச் சிந்தித்து ஆழ்ந்த போது இருவிலங்கு பூண்ட பிரமதேவன் என் கண் முன் நின்றான். பாட்டு இதுதான்.

பங்கே ருகன்எனைப் பட்டோ
லையில் இடப் பண்டுதலை

தன்காலில் இட்டது. அறிந்தில
னோ?தனி வேல்எடுத்துப்
பொங்கோதம் வாய்விடப் பொன்னஞ்
சிலம்பு புலம்பவரும்
எம்கோன் அறியின் இனிநான்
முகனுக்கு இருவிலங்கே.

[பங்கேருகன் - பிரமதேவன். பட்டோலை - கணக்கெழுதும் ஓலை. தளை - விலங்கு. பொங்கு ஓதம் - பொங்கும் கடல். வாய் விட - அலற. பொன்னஞ் சிலம்பு - வெண் பொன்னாலாகிய கிரவுஞ்ச மலை.]

குட்டிச் சிறையிருத்தின அப்போது முருகனைப் பார்த்து மரியாதை செய்யாமல் மேலே நடந்தது பிரமன் கால். அப்போது போட்ட விலங்கு காலுக்கு. இப்போது குற்றம் செய்தது கை; அதற்கும் சேர்த்துப் போடுவதுதானே முறை?

கடிந்தாரைச் சொல்லிஅழு
கால்விலங்கு போட்டுவைப்போம்
தொட்டாரைச் சொல்லி அழு
தோள்விலங்கு போட்டுவைப்போம்

என்று தம் அன்புக் குழந்தையைத் துன்புறுத்துகிறவருக்குக் கைவிலங்கும் கால்விலங்கும் போடப்புகும் தாயைப் போல, முருகனும் கால் விலங்கும் கை விலங்கும் போடுவதுதானே பொருத்தமானது? ? அந்தக் குழந்தையினிடம் பெற்ற தாய்க்கு இருக்கும் கருணையை விட, எக்காலத்தும் எவ்விடத்தும் எவ் வுயிருக்கும் தாயாக இருக்கும் முருகனுடைய கருணை சிறந்தது அல்லவா?

நாகாசல வேலவன்

அருணகிரி நாதர் பாடிய அற்புதமான நூல்களுள் கந்தர் அநுபூதி, சுருங்கிய உருவத்தில் செறிந்த பொருளை உடையதாய் விளங்குகிறது. முருகனது திருவருளால் பெற்ற அநுபவத்தின் சிறப்பைப் பலபடியாக எடுத்துச் சொல்வது அது. கந்தவேளின் திருவருளால் அநுபூதி பெற்று, விருந் துண்டவன் ஏப்பமிட்டாற் போலத் தம் அநுபவாதி சயத்தைப் பாடியது அநுபூதி.

தாயுமானவர்,

கந்தர் அநு பூதிபெற்றுக் கந்தர் அநு பூதிசொன்ன
எந்தை அருள் நாடி இருக்கும்நாள் எந்நாளோ

என்று பாடியிருக்கிறார்.

அருணகிரிநாதப் பெருமான் திருப்புகழ், கந்தர் அலங்காரம் முதலியவற்றைப் பாடிய பிறகு, திருவகுப்பையும் கந்தர் அநுபூதியையும் பாடினார் என்பர். இந்தப் பூத உடலைப் பிறர் போக்குமாறு போக்காமல் கிளி உருவம் பெற்று இறைவன் திருக் கரத்தில் அமர்ந்து அநுபூதிப் பாக்களைப் பாடியதாகச் சொல்வதும் உண்டு. மற்றப் பாக்களைப் பாடிய நிலைக்கும் அநுபூதிப் பாடல்களைப் பாடிய நிலைக்கும் வேறுபாடு உண்டு. பூத உடலின் தொடர்பின்றி உயர்ந்த நிலையில் 'சுக சொரூபம்' அடைந்த ஏமாப்பில் பாடியது அது.

சூத்திரங்களைப்போல விரிந்த கருத்தும் சுருங்கிய சொல்லமைதியும் உடைய கலிவிருத்தங்களால் ஆனது அநுபூதி. ஐம்பத்தொரு பாடல்களும் ஐம்பத்தொரு நூலுக்குச் சமானமானவை. திருப் புகழ், அலங்காரம், திருவகுப்பு ஆகிய

நூல்களில் விரிவாகச் சொல்லப்பெறும் பல செய்திகள் அநுபூதியில் இல்லை. அநுபவத்தையும் தத்துவப் பொருளையும் நுண்ணிய கருத்துக்களையும் செறிவுறக் கொண்டவை அநுபூதி மணிப் பாக்கள்.

பல பல தலங்களுக்குச் சென்று திருப்புகழ்ப் பாக்களைப் பாடிய பெரியார் அருணகிரிநாதர். சைவ சமயாசாரியர்களும், ஆழ்வார்களும் தம்முடைய திருவாக்காற் புனைந்த தலங்கள் சிறப்புப் பெறுவது போல, அருணகிரியார் திருப்புகழால் பெருமை பெற்ற தலங்கள் பல. கந்தர் அலங்காரத்திலும் சில தலங்களைக் குறிப்பிடுகின்றார். அப்படியே திருவகுப்பிலும் தலங்களின் பெயர்கள் வருகின்றன. ஆனால் கந்தர் அநுபூதியில் பல தலங்கள் வரவில்லை. நுண்பொருளைச் சுருங்கச் சொல்லும் அநுபூதியில் உலகுக்குப் புறம்பான மேல் நிலையில் நின்று பாடும் பாடல்களே அமைந்தமையின் உலகில் உள்ள தலங்களின் நினைவு வராதது இயல்பே ஆகும்.

ஆயினும் ஒரே ஒரு தலத்தை மாத்திரம் அநுபூதியில் அருணகிரி நாதர் குறிப்பிடுகிறார்.

கூகா எனஎன் கிளைகூ டிஅழப்
போகா வகைமெய்ப் பொருள்பே சியவா
நாகா சலவே லவநா லுகவித்
தியாகா சுரலோ கசிகா மணியே.

இந்தப் பாட்டில், "நாகாசல வேலவ" என்ற இடத்தில் நாகாசலம் என்ற தலம் வருகிறது. நாகாசலம் என்பது கொங்கு நாட்டிலுள்ள திருச்செங் கோட்டுக்கு ஒரு பெயர். அது மிகப் பழைய தலம். சிலப்பதிகாரத்தில் அதைப் பற்றிய செய்தி வரு கிறது. அங்குள்ள முருகனைச் செங்கோட்டு வேலர் என்று வழங்குவது வழக்கம். "நாகாசல வேலவ" என்ற தொடர் இந்த வழக்கத்தை நினைந்து பாடிய தென்றே தோற்றுகிறது.

அருணகிரி நாதர் அநுபூதி யில் பிற தலங்களில் ஒன்றையும் குறிக்காமல் திருச்செங்கோட்டை மாத்திரம் குறிப்பிடக் காரணம் என்ன? இது ஆராய்ச்சி செய்வதற்குரியது.

அறுபது வயசுக்கு மேல் ஆன ஓர் ஆடவரும் அவருடைய மனைவியும் சென்னையில் வாழ்ந்து வந்தார்கள். நல்ல வசதியான வாழ்க்கை. மூன்றடுக்கு மாடி வீடும் பொருளும் பிற பண்டங்களும் குறைவின்றிப் பெற்றவர்கள். இப்போது இந்த வள வாழ்வில் இருப்பினும் இளமையிலே வறுமைக்கு ஆளானவர்கள். சின்னஞ் சிறு கிராமத்தில் ஓட்டைக் கூரை வீட்டிலே அந்த ஆடவர் வாழ்ந்தவர். அப்போதே அவருக்குத் திருமணம் ஆகிவிட்டது. அந்தக் கூரை வீட்டில் ஒரு சிறிய அறையிலே அவர் கடிமணம் புரிந்து கொண்டார்.

முதுமைப் பருவத்தை நெருங்கிக் கொண்டிருந்த அவர்கள் இப்போது தம் கிராமத்துக்குச் சென்றார்கள். பழைய கூரை வீட்டை ஒருவாறு செப்பஞ் செய்திருந்தார்கள். அங்கே போய்த் தாம் முதல் முதல் சந்தித்த அறையில் போய் நின்றார்கள். அப்போது அந்த இருவருக்கும் உண்டான இன்பத்துக்கு எல்லையே இல்லை. பழைய ஞாபகங்களெல்லாம் வந்தன. மாட மாளிகையில் வாழும் இன்பத்தை அநுபவிப்பவர்களானாலும், பழமையின் நினைவு மீதூர, முதல் முதல் இன்பம் பெற்ற அவ்விடம் எவ்வளவோ உயர்வாகத் தோன்றியது அவர்களுக்கு.

இது மனித இயற்கை. அருணகிரி நாதரும் இத்தகைய மன இயல்பிலே பாடிய பாட்டு இது. பல பல தலங்களுக்குச் சென்று பாடிய அப்பெருமான் ஒவ்வொரு தலத்திலும் ஒவ்வொரு விண்ணப்பத்தைப் போட்டு வைத்தார். செங்கோட்டிலும் ஒரு விண்ணப்பம் செய்துகொண்டார். அது அப்படியே பலித்துவிட்டது. செங்கோட்டிற் செய்து கொண்ட விண்ணப்பம் பலித்துப் பயன் பெற்ற காலத்தில், குறிப்பிட்ட விண்ணப்பம் போட்ட இடத்தை மறக்க முடியுமா? அந்தக் கிழத் தம்பதிகளைப் போல நன்றியறிவும் பழமை நினைவும் மீதூர, நாகாசலத்தை மறவாமல் பாடினார்.

அவர் என்ன விண்ணப்பம் செய்துகொண்டார்?

தெய்வத் திருமலைச் செங்கோட்டில்
வாழும் செழுஞ்சுடரே
வைவைத்த வேற்படை வானவ னேமற
வேன்உனை நான்;
ஐவர்க்கு இடம்பெறக் கால்இரண்டு
ஓட்டி அதில்இரண்டு
கைவைத்த வீடு குலையுமுன் னேவந்து
காத்தருளே

என்ற கந்தர் அலங்காரப் பாட்டுத்தான் அந்த விண்ணப்பம். "தெய்விக சக்தி பொருந்திய அழகிய மலையாகிய திருச்செங்கோட்டில் எழுந்தருளியிருக் கும் செழித்த சோதி உருவப் பொருளே, கூர்மையை உடைய வேலாயுதத்தைக் கொண்ட தேவா, நீ என் வேண்டுகோளை நிறைவேற்றினால் நான் என்றும் உன்னை மறக்கவே மாட்டேன். ஐந்து இந்திரியங்கள் வாழ்வதற்கு இடம் உண்டாகும்படியாக, இரண்டு காலை வைத்து, அதில் இரண்டு கைகளையும் வைத்த வீடாகிய இந்த உடம்பு, மரணத்தினால் அழிவதற்கு முன்னே நீ எழுந்தருளி வந்து பாதுகாத்து அருள் செய்ய வேண்டும்" என்று வேண்டிக் கொண்டார்.

பூவுலகில் இருந்தாலும் தெய்வத்தன்மை உடைய மலை திருச்செங்கோடு என்று சொல்கிறார். அங்கே செங்கோட்டு வேலன் எழுந்தருளி யிருப்பதை, 'வைவைத்த வேற்படை வானவனே' என்று குறிக்கின்றார். பூத உடல் இறந்துபட உயிர்பிரிந்து செல்வது இயற்கை. இந்த மாதிரி மரணம் தமக்கு வேண்டாம் என்று வேண்டிக் கொண்டார். மரணம் சம்பவிக்கு முன்னே வந்து பாதுகாக்க வேண்டு மென்பது அவர் பிரார்த்தனை.

இந்த வேண்டுகோள் பலித்தால் உன்னை மறவாமல் நினைப்பேன் என்றும் சொன்னார்.

பிரார்த்தனை பலித்தது. அருணகிரிநாதர்: பிறர் உடம்பை நீப்பது போல நீத்தார் இலர். பூத உடம்பு மறைய, கிளி

உருவைப் பெற்றனர். 'ஐவர்க்கு இடம் பெறக் கால் இரண்டு ஓட்டி அதில் இரண்டு கைவைத்த வீடு குலையுமுன்' முருகவேள் அருள் செய்தான்; தெய்வத் திருமலையில் உள்ள வேற்படை வானவனிடம் சமர்ப்பித்த விண்ணப்பம் பயன்பெற்றது. அப்போது சொன்ன வாக்கைக் காப்பாற்றிக் கொள்ள வேண்டாமா? "மறவேன் உனை நான்" என்று வாக்களித்தாரே! அதை மெய்ப்பிக்க வேண்டுமல்லவா? ஆகவே, பூத உட லுக்குப் புறம்பே, அநுபூதி பெற்று நின்ற நிலையில், மற்றத் தலங்களை மறந்தாலும், திருச்செங்கோட்டை மறக்கவில்லை. 'தெய்வத் திருமலைச் செங்கோட்டில் வாழும் செழுஞ்சுடரே, வைவைத்த வேற்படை வானவனே' என்று விரிவாகச் சொன்னதை 'நாகாசல வேலவ' என்று சுருக்கமாகச் சொல்கிறார். அவனை மறவாமல் நினைப்பதொடா? அந்த நினைப்பைப் பாட்டாகப் பாடும் ஆற்றலை அந் தப் பெருமானே அருணகிரி நாதருக்குத் தந்திருக்கிறான். நாலு கவியையும் தியாகம் செய்திருக்கிறான். அப்படி இருக்கையில் மறவாமல் நினைத்துப் பாடுவது தானே நியாயம்? ஆகவே நாகாசல வேலவனை மறவாமல் பாடுகிறார்.

கூகா எனஎன் கிளைகூ டிஅழப்
போகா வகைமெய்ப் பொருள்பே சியவா
நாகா சலவே லவநா லுகவித்
தியாகா சுரலோ கசிகா மணியே.

"நாகாசல வேலவனே ! ஆசு, மதுரம்,விஸ்தாரம், சித்திரம் என்னும் நால்வகைக் கவிகளையும் பாடும் திறமையையும் எனக்கு அருளிய பெருமானே! தேவலோக வாசிகளின் சென்னியிலே மணிபோல முடித்தற்குரிய தலைவனே! நீ செய்த உபகாரத்தை என்னென்று சொல்வேன் ! உலகத்தில் ஏனை மாந்தர்கள் திறத்தில் உடம்பை விட்டு உயிர் நீங்கும் போது சுற்றத்தார் யாவரும் கூடிக் கூ கா என அழுது புலம்புவார்கள். அப்படி என் கிளை கூடி அழுது நிற்க, நான் மரணத்தை அடையாமல், உண்மையான உபதேசத்தைச்

செய்தவாறு என்ன ஆச்சரியம் !" என்று அவர் பாராட்டி வியக்கிறார்.

'மற்றவர்கள் இறப்பது போல இறக்கக்கூடாது. அதற்கு முன்னே வேலவன் திருவருளை அடைய வேண்டும்' என்ற ஆசையைக் கந்தர் அலங்காரப் பாட்டில் வெளியிட்டார்; செங்கோட்டு வேலவனிடத்தில் விண்ணப்பம் செய்து கொண்டார். முருகன் அருள் செய்தான். உடம்பு அழிய உயிர்போகும் நிலை அவருக்கு வரவில்லை. அவர் பெற்ற அருள் அதிசயமானது. அந்த அதிசயத்தை அநுபூதியிலே சொல்கிறார்.

முருகன் அவரை, இந்தப் பொய்வீடு குலையு முன்னே காப்பாற்றினான். அருணகிரி நாதரும் தம் வாக்குப் பிறழாமல் காப்பாற்றிக் கொண்டார். அநுபூதி அடைந்த நிலையில் பிறதலங்களை மறந்தாலும், எண்ணியது எண்ணியவாறே பலித்த இடமாகிய நாகாசலத்தை மறக்கவில்லை.

மணியும் துகிரும்

உலக வழக்கில் சில பொருள்களைச் சேர்த்துச் சொல்லும் பொழுது இனம் பற்றிச் சேர்ப்பார்கள். சில பொருள்களைச் சேர்த்தே வழங்குவார்கள். பூவும் பிஞ்சும், காயும் கனியும், நெல்லும் புல்லும், வெற்றிலையும் பாக்கும், நீரும் நிழலும், உடையும் உணவும் என்பன போலப் பல தொடர்கள் உண்டு. அப்படி வரும் தொடர்களுள் முத்தும் பவளமும் என்பது ஒன்று.

முத்தும் பவளமும் கடலிலே உண்டாகும் பொருள்கள்; நவமணிகளில் சேர்ந்தவை. இந்த இரண்டையும் கோத்து அணியும் வழக்கம் உண்டு. அந்தக் கோவைக்கு இரட்டை மணி மாலையென்று பெயர். தமிழ்ப் பிரபந்த வகை ஒன்றுக்குக் கூட அப்பெயர் வழங்கும். முத்தும் பவளமும் கலந்தது போல ஒருவகை நடைக்கு "மணிப்பிரவானம் என்ற பெயர் உண்டு. திவ்யப் பிரபந்த வியாக்கியானங்களிலும், ஜைன நூல்கள் சிலவற்றிலும் இந்த மணிப் பிரவாள நடையைக் காணலாம். தமிழில் 'மணிமிடை பவளம்' என்று இந்தக் கூட்டுறவைச் சொல்லுவார்கள். அகநானூறு என்ற பழந்தமிழ் நூலின் ஒரு பகுதிக்கு 'மணிமிடை பவளம்' என்ற பெயரை அமைத்திருக் கிறார்கள். சில சமயங்களில் மணி என்பது வேறு மணியையும் குறிப்பதுண்டு.

பொன்னும் துகிரும் முத்தும் மன்னிய
மாமலை பயந்த காமரு மணியும்
இடைபடச் சேய ஆயினும் தொடைபுணர்ந்து
அருவிலை நன்கலம் அமைக்குங் காலை
ஒருவழித் தோன் றியாங்கு

என்பது புறநானூற்றில் வரும் பாட்டு. "பொன், பவளம், முத்து, மாணிக்கம் ஆகியவை தூரத்திலே பிறப்பன ஆனாலும் ஆபரணம் செய்கையில் ஒன்றுபடுவது போல" என்று சொல்கிறார் புலவர். இங்கே துகிரும் முத்தும் சேர்ந்து வருகின்றன.

தூசா மணியும் துகிலும் புனைவாள்
நேசா முருகா நினதன் பருளால்
ஆசா நிகளம் துகளா யினபின்
பேசா அநுபூ திபிறந் ததுவே

என்பது கந்தர் அநுபூதியில் வரும் பாட்டு. இதில் முதல் அடியில் வள்ளியெம் பெருமாட்டியைச் சொல்கிறார் அருணகிரி நாதர்.

இப்போதுள்ளபடியே வைத்துப் பொருள் செய்தால், "ஆடையாக மணியையும் துகிலையும் புனைபவள் " என்று முதலடிக்கு அர்த்தம் கொள்ள வேண்டும். தூசு, துகில் என்பன ஆடை விசேடங்கள். ஆடையாக மணியைக் கொள்வதென்பது வாழ்விலுள்ள வளப்பத்தைக் காட்டும். அன்றியும் தலைவியைக் காண வரும் தலைவன் தழை யாடையையும் மணி யாடையையும் கொடுப்பதாகப் புலவர்கள் பாடியும் இருக்கிறார்கள். ஆனால் துகிலைத் தூசாகப் புனைவாளென்பதில் சிறப்போ நயமோ இல்லை.

இதைக் கவனித்த சிலர் தூசா என்பதற்கு, 'தூசு போக்காத' என்று பொருள் செய்து, 'சாணை யிடப்படாத மணியையும் துகிலையும் புனைவாள், என்று உரை எழுதினர்.

ஒரு பாடலைப் பலர் பாடஞ் செய்து சொல்வதனாலும், ஒன்றைப் பார்த்து மற்றொரு பிரதி செய்வதனாலும் பாட பேதங்கள் பல உண்டாகின்றன என்பது ஏடுகளைப் பற்றிய ஆராய்ச்சியுடையாருக்குத் தெரியும். படித்தவன் பாட்டைக் கெடுத்தான்; எழுதினவன் ஏட்டைக் கெடுத்தான்" என்ற பழ மொழி, சில பாடபேதங்களால் மூலம் உருக்குலை வதை நோக்கி எழுந்தது.

"இந்தப் பாட்டின் முதலடி தவான பாட முடையதாகத் தோற்றுகிறது. மணியும் அதனோடு இனமொத்த துகிரும் சேர்ந்து வழங்குவதை இலக் கியத்தில் காண்கிறோம். இங்கும் தூசா மணியும் துகிரும் புனைவாள்" என்று இருப்பது பொருத்தமாகத் தோன்றுகிறது. இனமொத்த பொருளாக இருக்கும் பொருத்தம் ஒன்று. "யாவரும் ஆடை வேறு அணி வேறாக அணிவார்கள்; மணியும் பவளமும் அருமையாகக் கிடைப்பதனால் அவற்றை ஆபரணமாக அணிவார்கள். இப்பிராட்டிக்கு அவை எளிதிற் கிடைப்பன ஆதலால் அவற்றையே கோத்து ஆடையாக அணிகிறாள்" என்று வளப்ப மிகுதியைக் குறிக்கும் பொருட்சிறப்பும் இதனாற் கிடைக்கிறது. ஆகவே, 'தூசா மணியும் துகிரும் புனைவாள்' என்ற பாடமே பழைய பாடமாக இருந்திருக்க வேண்டுமென்று தோற்றுகிறது.

கல் உருகும்

என்றும் இளையவனும் இணையில்லா அழகனு மாகிய முருகனை நாம் எப்போது காணப் போகிறோம்! அவன் திருமேனி அழகு முழுவதும் காணும் திறமை, உடம்பெல்லாம் கண்ணாகப் படைத்தாலும் உண்டாகாது. அவன் பாதத்தைக் கண்டாலே போதும். மனக் கவலையெல்லாம் போக்கி விடலாம். தனக்கு உவமை இல்லாத முருகனுடைய தாளை மனசினாலே தியானித்தால் கவலை தீரும்.

தனக்குவமை இல்லாதான் தாள்சேர்ந்தார்க் கல்லால்
மனக்கவலை மாற்றல் அரிது

என்று திருவள்ளுவர் கூறியிருக்கிறாரல்லவா?

ஆதலின் மனசிலே முருகனுடைய பாத தாமரையைப் பதித்து விட்டால் எல்லாவிதமான கவலைகளும் போய்விடும். அது சரிதான்; ஆனால் அவனுடைய பாத தாமரை மனசிலே பதியுமா? அது தாமரை ஆயிற்றே. அலங்காரமும் அழகும் பொருந்திய அரவிந்த மலரல்லவா அவள் தாள்? நம் மனசோ கல்; திண்ணிதான கல்; கனமான கல். தாமரை நீரில் அல்லவா மலரும்? கல்லிலே மலருமா? அட கடவுளே! தாமரையைக் கல்லிலே முளைக்க ஒரு வழி வைத்திருக்கக் கூடாதா? நீரிலேதான் அது மலர வேண்டும் என்ற நியதியை ஏன் வைக்க வேண்டும்?

தாமரை கல்லில் மலர வேண்டாமே! நெஞ்சு கல்லாக இருக்கிறதே, அதை மாற்றி நீர்ப் பொய்கையாகச் செய்துவிட்டால் என்ன?

தாமரை மலராத கல்லை வைத்துக் கொண்டு என்ன செய்வது?

திணியான மனோசிலை மீதுனதாள்
அணியார விந்தம் அரும்புமதோ

என்று அருணகிரிநாதரே ஏங்கிப்போனாரே. கல்லுக்குள்ளே வலிய கல்லாகிற நெஞ்சத்திலே அணி யார்ந்த சரணாரவிந்தம் அரும்புமா? இந்தக் கவலையை நீக்குவார் யார் ?

ஆம், நெஞ்சு கல்லாக இருப்பது மாறவேண்டும். நீராக மாறிவிடவேண்டும். கல்லைப் போலக் கட்டியாக இருக்கிற பனிக்கட்டி நீராக உருகவில்லையா ? பனிக்கட்டியாக இருக்கும் போது அது கட்டிப் பொருள்; உருகி விட்டால் நீர்ப்பொருள். அது மாதிரி நெஞ்சு திண்ணியதாக இருந்தால் கல். உருகிவிட்டால், நீராளமாக உருகிவிட்டால், முருக னுடைய அருணதள பாத பத்மம் மலரும் இடமாகி விடலாமே. ஆகவே பாத தாமரையைக் கல்லிலே பதிக்கும் வித்தையைத் தேடி அலைவதைவிட இந்தக் கல்லை உருக்கும் வித்தையை நாடலாமே !

"நெஞ்சக் கன கல்லும் நெகிழ்ந்துருக" என்று அருணகிரிப் பெருமான் வழிகாட்டி யிருக்கிறாரே. நெஞ்சமாகிய கனத்த கல்லும் நெகிழ்ந்து உருக வழி இருக்கிறது போல் இருக்கிறதே. சந்திரகாந்தக் கல் உருகுவதாகக் கேட்டிருக்கிறோம். சந்திரன் கடன் வாங்கும் தேசுடையவன். சூரியனிடத் திலிருந்து ஒளியை வாங்கிக் கொண்டு உதவுகின்றவன். அவனுடைய சின்னஞ் சிறிய ஒளியே ஒரு கல்லை உருக்குமானால் சோதியிற் பெரிய சோதியாகிய முருகனுடைய தேசு கல்லை உருக்காதா? நிச்சயமாக இந்த மனசாகிய கல் உருக வழி உண்டு. அப்படி உருகுவதற்குரிய தந்திரத்தை யார் சொல்லியிருக்கிறார்கள்? அருணகிரிப் பெருமானையே கேட்கலாமே.

'இந்த மனசாகிய கல் திண்ணியது. ஆண்டவன் பாதமோ தாமரை. தாமரை கல்லில் அரும்பாது' என்று அவர் சொன்னபோது பயந்து போனோம். ஆனால், 'நெஞ்சக் கன கல்லும் நெகிழ்ந்துருகும்' என்று கருணையோடு அவர்

சொன்னதைப் படித்த போது கொஞ்சம் நம்பிக்கை உண்டாயிற்று.

'நெஞ்சு உருகுமா? பாத தாமரை மலரும்படி நீரா குமா?' என்று கேள்வி மேல் கேள்வி போட்டுப் பார்க்கலாம். 'கருணைக்கு அருணகிரி' என்று சொல்லுவார்களே; அவர் கருணை மிகுதியினால் நமக்கு ஒரு வழி காட்டட்டுமே !

ஓஹோஹோ ! முன்பே வழி காட்டியிருக்கி றாரே. அதை நாம் கவனிக்கவில்லையே! உருகுவதற்கு வழியைத் தெளிவாகச் சொல்லியிருக்கிறார். அதற்காகத் தானம் கொடுக்க வேண்டாம். தவம் செய்ய வேண்டாம். காசு செலவு செய்ய வேண்டாம். "முருகன், குமரன், குகன்" என்று மொழிந்து கொண்டே இருந்தால் போதும். அந்தத் திருநாமங்களில் உள்ளத்தை ஈடுபடுத்தி வாயினால் மொழிந்தால் மனம் நெக்குவிடும். நெக்குவிட்டு உருகும். நெஞ்சு உருகினால் ஆண்டவன் அருள் செய்வான். அவன் பாத தாமரை நெஞ்சில் வந்து நிற்கும். அதாவது, அவனே உள்ளத் திருக்கோயிலில் வெளிப் பட்டு விளங்குவான்.

முருகன் குமரன் குகன் என்று மொழிந்து
உருகும் செயல்தந்து உணர்வுஎன்று அருள்வாய்

என்று அருணகிரி மாமுனிவர் முருகனைக் கேட்கிறார். முருகன், குமரன் குகன் என்று விடாமல் அன்போடு மொழிந்தால் உள்ளம் உருகும்; அப்போது நெஞ்சத்தின் கனம் நீங்கும்; திண்மை ஒழியும்; அது கல்லின் தன்மையை இழந்து நீரின் தன்மையை அடையும். அன்பினால் உருகிய உள்ளத் தடாகத்திலே இள முருகன் பாத தாமரை மலரும்; தாளாகிய அணியார் அரவிந்தம் அலரும்.

அதனால்தான் நம்முடைய பெரியோர்கள் இறைவன் திருநாமத்தை வாயாரப் பாடச் சொன்னார்கள். அவன் திருப்புகழை வாயாரப் பாடி ஆடச் சொன்னார்கள். "வாயாரத் தன்னடியே பாடும் தொண்டர் இனத்தகத்தான்" என்றும்,

"பற்பாவும் வாயாரப் பாடி ஆடிப் பணிந்தெழுந்து குறைந்தடைந்தார் பாவம் போக்க கிற்பானை"

என்றும் அப்பர் சுவாமி கள் அருளிச் செய்திருக்கிறார். ஆகவே அவர்கள் காட்டிய வழியில் போனால் கல்லையும் கனிவிக்கும் வித்தையில் வல்லவராகி விடுவோம்.

முற்றும்.

★★★

9 788199 853676